Printed by Libri Plureos GmbH in Hamburg,
Germany

AF670320

malayalakavikalum kavithakalum

•

cheppad bhaskaran nair

•

first edition
november 2017

•

second edition
april 2018

•

third edition
december 2018

•

typesetting & published
chintha publishers, thiruvananthapuram

•

cover
veecee abhilash

Rights reserved

വിതരണം

ദേശാഭിമാനി ബുക്ക് ഹൗസ്

H O തിരുവനന്തപുരം-695 035
phone: 0471-2303026, 6063026
www.chinthapublishers.com
chinthapublishers@gmail.com

ബ്രാഞ്ചുകൾ

ഹെഡ്ഡാഫീസ് ബ്രാഞ്ച് കുന്നുകുഴി • സ്റ്റാച്യു തിരുവനന്തപുരം • കെ എസ് ആർ ടി സി ബസ് സ്റ്റേഷൻ ആലപ്പുഴ • കെ എസ് ആർ ടി സി ബസ് സ്റ്റേഷൻ എറണാകുളം • ഐ ജി റോഡ് കോഴിക്കോട് • മാവൂർ റോഡ് കോഴിക്കോട് • എൻ ജി ഒ യൂണിയൻ ബിൽഡിങ് കണ്ണൂർ • സെൻട്രൽ ബസ് ടെർമിനൽ കോംപ്ലക്സ് താവക്കര കണ്ണൂർ

CR - SP - / 1965 / 4829
ISBN - 978-93-86637-11-6

School Plus

മലയാള കവികളും കവിതകളും

വിദ്യാർത്ഥികൾക്കൊരു റഫറൻസ് പുസ്തകം

മലയാള കവികളും
കവിതകളും

ചേപ്പാട് ഭാസ്കരൻ നായർ

ചിന്ത പബ്ലിഷേഴ്സ്
തിരുവനന്തപുരം-695 035

ചേപ്പാട് ഭാസ്കരൻ നായർ

1942 ജനുവരി 25 ന് ആലപ്പുഴ ജില്ലയിലെ മുതുകുളത്ത് ജനിച്ചു.
അച്ഛൻ- കോട്ടാൽ കെ പരമേശ്വരൻ നായർ
അമ്മ - മണ്ണൂരേത്ത് പത്മാക്ഷിയമ്മ
പ്രാഥമിക വിദ്യാഭ്യാസം രാമപുരത്തും ചേപ്പാട്ടുമായിരുന്നു. തുടർന്ന് ആലപ്പുഴ കാർമൽ പോളിടെക്നിക് കോളേജിൽനിന്ന് എഞ്ചിനീയറിങ്ങിൽ ഡിപ്ലോമ സമ്പാദിച്ചു. പിന്നീട് കേരള മുനിസിപ്പൽ സർവ്വീസിൽ പ്രവേശിച്ചു. കേരളത്തിലെ വിവിധ നഗരസഭകളിൽ എഞ്ചിനീയറായി സേവനമനുഷ്ഠിച്ചിട്ടുണ്ട്. കോട്ടയം നഗരസഭയിൽ അസി. എക്സിക്യൂട്ടീവ് എഞ്ചിനീയറായിരിക്കെ 1997 ജനുവരിയിൽ സർവ്വീസിൽനിന്നു വിരമിച്ചു.
ബാലസാഹിത്യം, ശാസ്ത്രസാഹിത്യം, വൈജ്ഞാനിക സാഹിത്യം എന്നീ വിഭാഗങ്ങളിൽപ്പെട്ട അമ്പതിൽപ്പരം കൃതികൾ പ്രസിദ്ധീകരിച്ചിട്ടുണ്ട്. *ബാലകവിത* എന്ന കുട്ടികളുടെ മാസിക ഏഴുവർഷക്കാലം നടത്തി.
ശാസ്ത്രസാഹിത്യപരിഷത്ത് പുരസ്കാരം (1970), കൈരളീ ചിൽഡ്രൻസ് ബുക്ക് ട്രസ്റ്റ് അവാർഡ് (1993), ബാലഗോകുലം പുരസ്കാരം (2003), കേരള തിയോസഫിക്കൽ ഫെഡറേഷൻ പുരസ്കാരം (2003), ഭാരത് ജ്യോതി അവാർഡ് (2005) എന്നിവ ലഭിച്ചിട്ടുണ്ട്.
കിലുക്കാംപെട്ടി, നഴ്സറിപ്പാട്ടുകൾ, കടങ്കവിതകളും കുട്ടിക്കവിതകളും, പൂവാലിയും കൂട്ടുകാരും, കുട്ടിക്കവിതകളും ചിരിക്കവിതകളും, ഒന്നാനാംകുന്നിന്മേൽ, പഞ്ചവർണ്ണത്തത്ത, മാഞ്ചുവട്ടിൽ, പൊന്മാൻ, ഇലകൊഴിഞ്ഞമരം, ചിന്താസുമങ്ങൾ, ഭൂമിശാസ്ത്രവിശേഷങ്ങൾ, ഇന്ത്യയിലെ നദികൾ, വിശ്വമഹാകവി ടാഗോർ, സ്വാതന്ത്ര്യസമരയോദ്ധാക്കൾ, ഇന്ത്യ എന്റെ രാജ്യം, ഇന്ത്യയും കേരളവും, നമ്മുടെ മുഖ്യമന്ത്രിമാർ, സാഹിത്യത്തിലെ അമരക്കാർ, ശാസ്ത്രകൗതുകം, തെറ്റേത്? ശരിയേത്?, മലയാളിസദ്യയും ആരോഗ്യവും, പരിസ്ഥിതിയും പ്ലാസ്റ്റിക്കും, കുട്ടികളുടെ നേതാജി, അവിശ്വസനീയ സംഭവകഥകൾ തുടങ്ങിയവയാണ് പ്രധാന കൃതികൾ.

ഭാര്യ : സുമ
മക്കൾ : സന്തോഷ്കുമാർ ചേപ്പാട്, സിതാര ഹരീഷ്
വിലാസം : ഏവൂരേത്ത്, ചേപ്പാട്, ആലപ്പുഴ - 690 507

ഉള്ളടക്കം

ആമുഖം 9
ചെറുശ്ശേരി 11
എഴുത്തച്ഛൻ 14
കുഞ്ചൻനമ്പ്യാർ 17
പൂന്താനം നമ്പൂതിരി 20
രാമപുരത്തു വാരിയർ 23
പന്തളം കേരളവർമ്മ 26
ഇരയിമ്മൻ തമ്പി 29
ഉണ്ണായിവാരിയർ 32
കൊടുങ്ങല്ലൂർ കുഞ്ഞിക്കുട്ടൻ തമ്പുരാൻ 35
കുമാരനാശാൻ 38
മഹാകവി ഉള്ളൂർ 41
മഹാകവി വള്ളത്തോൾ 45
ജി ശങ്കരക്കുറുപ്പ് 48
ഇടപ്പള്ളി രാഘവൻപിള്ള 52
ചങ്ങമ്പുഴ കൃഷ്ണപിള്ള 55
വെണ്ണിക്കുളം ഗോപാലക്കുറുപ്പ് 59
പി കുഞ്ഞിരാമൻനായർ 62
ഇടശ്ശേരി ഗോവിന്ദൻനായർ 65

ബാലാമണിയമ്മ	68
നാലാങ്കൽ കൃഷ്ണപിള്ള	71
വൈലോപ്പിള്ളി ശ്രീധരമേനോൻ	74
പാലാ നാരായണൻനായർ	78
എൻ വി കൃഷ്ണവാരിയർ	81
ഒളപ്പമണ്ണ	84
വയലാർ രാമവർമ്മ	87
പി ഭാസ്കരൻ	90
തിരുനല്ലൂർ കരുണാകരൻ	93
കുഞ്ഞുണ്ണി	96
അയ്യപ്പപ്പണിക്കർ	99
കടമ്മനിട്ട രാമകൃഷ്ണൻ	102

പ്രസാധകക്കുറിപ്പ്

ഒരു അംഗീകൃത പാഠപദ്ധതിയുടെ അടിസ്ഥാനത്തിലുള്ള പാഠ്യക്രമമനുസരിച്ചാണ് നമ്മുടെ സ്കൂൾ സമ്പ്രദായത്തിൽ പാഠപുസ്തകങ്ങൾ തയ്യാറാക്കപ്പെടുന്നത്. അംഗീകൃത യോഗ്യതകൾ ഉള്ള അദ്ധ്യാപകർ അതു പഠിപ്പിക്കുന്നു. കുട്ടികൾ അതു പഠിക്കുകയും വിവിധ നിലകളിൽ മാർക്കു നേടി വിജയം കരസ്ഥമാക്കുകയും ചെയ്യുന്നു. ഇതെല്ലാമായിട്ടും തങ്ങൾ പഠിക്കുന്ന പാഠങ്ങളുമായി ബന്ധപ്പെട്ട് അറിഞ്ഞിരിക്കേണ്ടതും പഠിച്ചിരിക്കേണ്ടതുമായ പല അറിവുകളും വിട്ടുപോകുന്നു. പാഠഭാഗങ്ങളിൽ പെട്ടതു തന്നെയും ദുർഗ്രാഹ്യവും വിരസവും ആയതുകൊണ്ട് അവ മനസ്സിൽ പതിയുകയോ അറിവു വളർത്തുകയോ ചെയ്യാതെ പോകുന്നു.

ഇതൊരു കുറവുതന്നെയാണ്. ഈ കുറവ് എങ്ങനെ പരിഹരിക്കാം. അദ്ധ്യാപകരെന്ന നിലയിൽ സമർത്ഥരും എഴുത്തുകാരുമായ അദ്ധ്യാപകരുടെ കൂട്ടായ്മയെ ഈ വെല്ലുവിളി ഏറ്റെടുക്കുവാൻ തയ്യാറാക്കി. അതിന്റെ ഫലമാണ് *സ്കൂൾ പ്ലസ്* എന്ന പുസ്തകപരമ്പര. പാഠപുസ്തകത്തിൽ പകർന്നു കിട്ടുന്ന എല്ലാ അറിവിന്റെയും അനുബന്ധ വിവരങ്ങളാണ് ഈ പുസ്തകങ്ങളുടെ ഉള്ളടക്കം. സുഗ്രാഹ്യമായും രസകരമായുമാണ് ഈ പുസ്തകങ്ങൾ രചിക്കപ്പെട്ടിരിക്കുന്നത്. ഓരോ ക്ലാസിലെയും എല്ലാ

കുട്ടികളുടെയും അറിവിന്റെ ചക്രവാളം വികസ്വരമാക്കുവാനും പുതിയ അധികപുസ്തകങ്ങൾ തേടിപ്പിടിച്ചു വായിക്കുവാനും ഈ പുസ്തകപരമ്പര സഹായകമാകും.

ചെറുശ്ശേരി മുതൽ കടമ്മനിട്ടവരെ മുപ്പത് കവികളെയും അവരുടെ കവിതകളെയും പരിചയപ്പെടുത്തുകയാണ് ശ്രീ. ചേപ്പാട് ഭാസ്കരൻ നായർ ഈ പുസ്തകത്തിൽ. പുതിയ തലമുറയെ മുന്നിൽ കണ്ടാണ് രചന. മുതിർന്നവർക്കും പ്രയോജനകരമാവും.

യു പി, ഹൈസ്കൂൾ വിഭാഗം കുട്ടികൾക്ക് പഠനത്തിന് പ്രോജക്ടുകൾ തയ്യാറാക്കാനും സഹായകരമാണ് ഈ പുസ്തകം.

ചിന്ത പബ്ലിഷേഴ്സ്

ആമുഖം

മലയാളകവിതയെപ്പറ്റി പൊതുവേയും പ്രാചീനകവിത്രയം, ആധുനിക കവിത്രയം എന്നിവരെപ്പറ്റിയും മറ്റും വേണ്ടത്ര അറിവില്ലാത്തവരാണ് നമ്മുടെ പുതിയ തലമുറയിലെ കുട്ടികളെന്ന്, ചില ക്വിസ് മത്സരങ്ങൾ കാണാനിടവന്നപ്പോഴാണ് വ്യക്തമായത്. പുരാതന കവിത്രയത്തിന്റെയും ആധുനിക മലയാളകവികളുടെയും മറ്റും ചിത്രങ്ങൾ കണ്ടാൽപ്പോലും അവർ ആരൊക്കെയാണെന്ന് തിരിച്ചറിയാനുള്ള കഴിവും നമ്മുടെ പല കുട്ടികൾക്കുമില്ല. കവികളെ അവരുടെ കവിതകളിലൂടെ ചുരുങ്ങിയ വരികളിൽ പരിചയപ്പെടുത്തുവാനും, അവരുടെ ജീവിതത്തെയും സാഹിത്യകൃതികളെയുംപറ്റി അത്യാവശ്യം വേണ്ട വിവരങ്ങൾ നല്കുവാനുമാണ് ഈ കൃതിയിലൂടെ ശ്രമിച്ചിട്ടുള്ളത്. അതോടൊപ്പം കവിതകൾ വായിക്കുവാൻ കുട്ടികൾക്ക് ഒരു പ്രേരണകൂടിയാവട്ടെ ഈ കൃതിയെന്നും ആഗ്രഹിക്കുന്നു.

കവിത ചൊല്ലുവാൻ താല്പര്യമുള്ള കുട്ടികൾക്ക് ഓർത്തുവെക്കാൻ പാകത്തിലുള്ള വരികളാണ് ഇതിൽ ഉദ്ധരിച്ചിട്ടുള്ളത്. ഓരോ കവിയെക്കുറിച്ചും കൂടുതൽ അറിയണമെന്ന് തോന്നുന്നവർക്ക് അതിനുള്ള പ്രചോദനമാവട്ടെ എന്നു കരുതിയാണ് ഈ ലഘുകുറിപ്പുകൾ തയ്യാറാക്കിയിട്ടുള്ളത്.

ചെറുശ്ശേരി, എഴുത്തച്ഛൻ, കുഞ്ചൻനമ്പ്യാർ എന്നീ പ്രാചീന കവിത്രയത്തെയും കുമാരനാശാൻ, ഉള്ളൂർ, വള്ളത്തോൾ എന്നീ ആധുനിക കവിത്രയത്തെയുംപറ്റി അറിയുന്നതോടൊപ്പം പ്രമുഖരായ മറ്റ് ഇരുപത്തിനാല് കവികളെയുമാണ് ഈ കൃതിയിൽ ഉൾപ്പെടുത്തിയിട്ടുള്ളത്. ഇതിൽ പല കവികളെയുംപറ്റി, യു പി, ഹൈസ്കൂൾ തലങ്ങളിൽ കുട്ടികൾക്കു പഠിക്കുവാനുമുണ്ട്. കുട്ടികൾക്ക് പ്രോജക്ട് വർക്കുകൾ ചെയ്യാൻ സഹായകരമായ വിധത്തിലാണ് ഉള്ളടക്കം ക്രമീകരിച്ചിട്ടുള്ളത്.

ഈ ചെറിയ പുസ്തകത്തിന്റെ പാരായണത്തിലൂടെ കൂടുതൽ മലയാളകവികളെ പരിചയപ്പെടുവാൻ കുട്ടികൾക്ക് താല്പര്യം തോന്നുന്നുവെങ്കിൽ, അതാണ് ഈ രചനയുടെ സാഫല്യം എന്നു വിശ്വസിക്കട്ടെ.

ചേപ്പാട് ഭാസ്കരൻ നായർ

1

ചെറുശ്ശേരി

കുന്ദനിരയെല്ലാം നന്നായ് വിരിഞ്ഞിട്ടു
നന്ദസുതന്മുന്നിൽ കാണായപ്പോൾ
അഞ്ചാതെ നിന്നിട്ടു വെണ്മ പയറ്റുവാൻ
പുഞ്ചിരി തന്നോടങ്ങെന്നപോലെ
എന്തുതിരഞ്ഞീമലർതന്മധു തന്നിൽ
നീന്തി നടന്നു നൽതെന്നലെല്ലാം
ലോധ്രങ്ങളായ മരങ്ങളും പൂത്തുട-
നാർദ്രങ്ങളായി നൽതേൻ ചൊരിഞ്ഞു.
വല്ലഭമാരുടൽ തന്നെപ്പിരിഞ്ഞുള്ളോ-
ർക്കല്ലലിയറ്റുവാനുള്ളിലെങ്ങും
മല്ലികയും നല്ല മുല്ല നിരകളും
മെല്ലേ വിരിഞ്ഞു തുടങ്ങീതപ്പോൾ
ജ്യോൽസ്നയായുള്ളൊരു സുന്ദരി ചെന്നുട-
നാസ്ഥയായ് നിന്നു തഴുകുന്നേരം
നീളെക്കുരുക്കുത്തി മുല്ലകൾ മെല്ലവേ
മേളത്തിൽ പൂത്തു തുടങ്ങീതെങ്ങും.

ചെറുശ്ശേരിയുടെ *കൃഷ്ണഗാഥ* എന്ന കാവ്യത്തിലെ ചില വരികളാണ് മുകളിൽ ഉദ്ധരിച്ചത്. കണ്ണനെ സ്വാഗതം ചെയ്യാൻ

വസന്തം വന്നെത്തുന്ന ആ മംഗള മുഹൂർത്തമാണ് ഈ വരികളിലൂടെ കവി ആവിഷ്കരിക്കുന്നത്.

കൃഷ്ണഗാഥ എന്ന മനോഹര കാവ്യത്തിലൂടെ മലയാളികളുടെ ആരാദ്ധ്യനായ മഹാകവിയാണ് ചെറുശ്ശേരി. പ്രാചീനകവിത്രയത്തിലെ ആദ്യത്തെ കവികൂടിയാണ് അദ്ദേഹം. ഒരു കാവ്യംകൊണ്ടുതന്നെ അനശ്വരത നേടിയ ചെറുശ്ശേരിയുടെ *കൃഷ്ണഗാഥ*യിലെ വരികൾ മലയാളി മനസ്സുകളിൽ പതിഞ്ഞിട്ട് കാലമേറെയായി.

കോലത്തുനാട് രാജാവായ ഉദയവർമ്മന്റെ ആശ്രിതനായി കഴിഞ്ഞിരുന്നയാളാണ് ചെറുശ്ശേരി എന്ന് വിശ്വസിക്കപ്പെടുന്നു. പതിനഞ്ചാം നൂറ്റാണ്ടിൽ ജീവിച്ചിരുന്നതായി കരുതപ്പെടുന്ന അദ്ദേഹം, കോലത്തിരിയുടെ പന്ത്രണ്ടു ചേരിക്കലുകളുടെ കൂട്ടത്തിൽപ്പെട്ട ചെറുച്ചേരി അഥവാ ചെറുശ്ശേരിയിലെ ഏകഗ്രാമമായിരുന്ന കാനത്തൂരിലെ ചെറുശ്ശേരി ഇല്ലത്താണ് താമസിച്ചിരുന്നത്. കൊല്ലവർഷം 650 നും 750 നും മദ്ധ്യേയാണ് അദ്ദേഹത്തിന്റെ ജീവിതകാലം.

ഗാനകാവ്യമായ *കൃഷ്ണഗാഥ*യിലെ ഭാഷയുടെ മനോഹാരിതയും അലങ്കാരങ്ങളുടെ ആകർഷണീയതയും ലോകോക്തികളുടെ ചാരുതയും സഹൃദയരെ ഏറെ ആകർഷിക്കുകയുണ്ടായി. രചിക്കപ്പെട്ടിട്ട് 400ൽപ്പരം വർഷങ്ങൾ കഴിഞ്ഞിട്ടും ഈ കൃതി ഇന്നും പരക്കെ അംഗീകരിക്കപ്പെട്ടിട്ടുണ്ട്. മലയാളത്തിലെ ആദ്യത്തെ മഹാകാവ്യമെന്നാണ് *കൃഷ്ണഗാഥ*യെ വിശേഷിപ്പിക്കാറുള്ളത്.

എന്നാൽ, *കൃഷ്ണഗാഥ*യുടെ രചയിതാവിനെപ്പറ്റിയുള്ള തർക്കം ഇന്നും തുടരുന്നുണ്ട്. ചെറുശ്ശേരിയല്ല, പുനം നമ്പൂതിരിയാണ് കൃഷ്ണഗാഥയുടെ കർത്താവ് എന്ന് ചിലർ അഭിപ്രായപ്പെടുന്നു. എന്നാൽ, ഭാഷാചരിത്രകാരന്മാരുടെ അഭിപ്രായത്തിൽ *കൃഷ്ണഗാഥ* ചെറുശ്ശേരിയുടെ തന്നെ കൃതിയായയാണ് അംഗീകരിക്കപ്പെട്ടത്.

*കൃഷ്ണഗാഥ*യെ കൃഷ്ണപ്പാട്ട് എന്നും പറയാറുണ്ട്. ഭക്തിപ്രധാനമായ ഈ കാവ്യത്തിന്റെ രചനയിലൂടെ മണിപ്രവാളകാവ്യങ്ങളെ ചെറുശ്ശേരി പിന്നിലാക്കുകയായിരുന്നു.

പന്ത്രണ്ട് സ്കന്ധങ്ങളായി രചിക്കപ്പെട്ട വിഷ്ണുഭാഗവത

ത്തിലെ ദശമസ്കന്ധത്തിൽ ഉൾപ്പെടുന്ന കഥയാണ് *കൃഷ്ണ ഗാഥ*യിൽ ഉൾക്കൊള്ളിച്ചിരിക്കുന്നത്. ഭാഗവതത്തിൽ 90 അദ്ധ്യായങ്ങളിലായി 3946 ശ്ലോകങ്ങളിൽ അവതരിപ്പിച്ചിട്ടുള്ള കൃഷ്ണകഥയിലെ കൃഷ്ണാവതാരം മുതൽ സ്വർഗ്ഗാരോഹണം വരെയുള്ള കഥാഭാഗം 47 ഭാഗങ്ങളായി വിഭജിച്ചാണ് കൃഷ്ണഗാഥാകാരൻ അവതരിപ്പിക്കുന്നത്. ഭാഗവതത്തിന്റെ ഒരു വിവർത്തനമല്ല *കൃഷ്ണഗാഥ* എന്ന് ചുരുക്കിപ്പറയാം. ഗാഥാകാരൻ സ്വതന്ത്രമായി ഒരു മഹാകാവ്യം രചിക്കുകയായിരുന്നു. ഭാഗവതത്തിൽനിന്ന് പലതും കവി സ്വീകരിച്ചിട്ടുള്ളതുപോലെ പലതും വിട്ടുകളയുകയും ചെയ്തിട്ടുണ്ട്. *കൃഷ്ണഗാഥ*യുടെ രചനയിൽ കലയുടെ അംശത്തിനാണ് കവി മുൻതൂക്കം നല്കിയിട്ടുള്ളത്. പ്രതിപാദനത്തിലെ നവ്യതയും, വൈചിത്ര്യവും മലയാളത്തിലെ മഹനീയ മഹാകാവ്യങ്ങളുടെ കൂട്ടത്തിൽ *കൃഷ്ണഗാഥ*യ്ക്ക് അദ്വിതീയമായ സ്ഥാനം നല്കിയിരിക്കുന്നു.

മഞ്ജരിവൃത്തത്തിൽ രചിക്കപ്പെട്ട മനോഹരകാവ്യമാണ് *കൃഷ്ണഗാഥ*. മഞ്ജരിവൃത്തത്തെ ഗാഥാവൃത്തമെന്ന് വിളിക്കാറുണ്ട്. ഗാഥ, മാകന്ദ മഞ്ജരി എന്നീ പേരുകളിലും ഇത് അറിയപ്പെടുന്നു.

ആജ്ഞയാ കോലഭൂപസ്യ
പ്രാജ്ഞസ്യോദയ വർമണഃ
കൃതായാം കൃഷ്ണഗാഥായാം....

എന്ന വരികൾ കൃഷ്ണഗാഥയുടെ സർഗ്ഗാന്തങ്ങളിൽ കാണുന്നതിനാൽ ഉദയവർമ്മൻ എന്ന കോലത്തിരി രാജാവിന്റെ ആജ്ഞയനുസരിച്ചാണ് *കൃഷ്ണഗാഥ* രചിച്ചതെന്ന് വ്യക്തമാവുന്നു.

കൃഷ്ണഗാഥ കൂടാതെ *ഭാരതഗാഥ* (ചെറുശ്ശേരിഭാരതം), എന്നൊരു കൃതിയും ചെറുശ്ശേരിയുടേതായി കണ്ടെടുത്തിട്ടുണ്ട്. എന്നാൽ, ഈ കൃതി *കൃഷ്ണഗാഥ*യോളം മെച്ചമല്ല എന്നാണ് പണ്ഡിതമതം.

2

എഴുത്തച്ഛൻ

അടിയാരെക്കുറിച്ചുരു കരുണയും
കഠിനദുഷ്ടരോടെഴുന്ന കോപവും
മടുമൊഴിമാരിൽ വളർന്ന രാഗവും
കലഹം കണ്ടൊരദ്ഭുത രസങ്ങളും
ചപലന്മാരോടു കലർന്ന ഹാസവും
എതിരിടുന്നോർക്ക് ഭയങ്കരത്വവും
പലവുമിങ്ങനെ നവനവരസ-
മിടയിടെക്കൂടിക്കലർന്ന നേത്രവും
മകരകുണ്ഡലം പ്രതിബിംബിക്കുന്ന
കവിൾത്തടങ്ങളും മുഖസരോജവും
വിയർപ്പുതുള്ളികൾ പൊടിഞ്ഞനാസിക
സുമന്ദഹാസവുമധരശോഭയും
തുളസിയും നല്ല സരസിജങ്ങളും
ഇളതായീടിന തളിരുകളുമാ-
യിടകലർന്നുടനിളകും മാലകൾ
തടയും മുത്തുമാലകളും കൗസ്തുഭ-
മണിയും ചേരുന്ന ഗളവും ചമ്മട്ടി
പിടിച്ചൊരുകരതലവും കുങ്കുമം

മുഴക്കെപ്പൂശിന തിരുമറുമാറും
നിറഞ്ഞ മഞ്ഞപ്പൂന്തുകിലും കാഞ്ചികൾ
പദസരോരുഹയുഗവുമെന്നുടെ
ഹൃദയംതന്നിലങ്ങിരിക്കും പോലെയ-
മ്മണിരഥം തന്നിലകം കുളിർക്കവേ
മണിവർണ്ണൻ തന്നെ തെളിഞ്ഞുകണ്ടു ഞാൻ.

എഴുത്തച്ഛന്റെ മഹാഭാരതം കിളിപ്പാട്ടിലെ അതിപ്രശസ്തമായ ആ പാർത്ഥസാരഥി വർണ്ണനയിൽനിന്നുള്ള ചില വരികളാണിത്. പരിപൂർണ്ണനും പരമാനന്ദസ്വരൂപനുമായ തന്റെ ആരാദ്ധ്യദേവനെ കവിതയിലൂടെ ഇത്ര മനോഹരമായും ലളിതമായും ഗാംഭീര്യത്തോടെ വർണ്ണിക്കുവാൻ എഴുത്തച്ഛനു മാത്രമേ കഴിയൂ.

കേരള സാഹിത്യചരിത്രം രണ്ടാം വാല്യത്തിൽ മഹാകവി ഉള്ളൂർ, എഴുത്തച്ഛനെ വിലയിരുത്തുന്നത് ഇപ്രകാരമാണ്:

"തുഞ്ചത്തെഴുത്തച്ഛനെ ഭാഷാ സാഹിത്യത്തിന്റെ പിതാവ് എന്നും കേരളീയരുടെ ഗുരുവെന്നും പറയുന്നത് ഏറ്റവും അർത്ഥവത്താകുന്നു. അദ്ദേഹം കൈരളിയെ പല പ്രകാരത്തിൽ സമർത്ഥമായി, സഫലമായി പരിപോഷിപ്പിക്കുകയും, പരിഷ്കരിക്കുകയും ചെയ്തു. അദ്ധ്യാപനമായിരുന്നു അദ്ദേഹത്തിന്റെ യൗവനത്തിലെ ജീവിക, അനന്തരം അദ്ദേഹം തുരീയാശ്രമത്തിൽ പ്രവേശിക്കുകയും അനുരൂപന്മാരായ ശിഷ്യന്മാരാൽ പരിവൃതനായി അവർക്കും മറ്റുള്ളവർക്കും അദ്ധ്യാത്മജ്ഞാനം ഉപദേശിച്ചുകൊണ്ട് ആയുശ്ശേഷം നയിക്കുകയും ചെയ്തു."

എഴുത്തച്ഛനുമുമ്പ് ഇവിടെയുണ്ടായിരുന്ന പാട്ട്, മണിപ്രവാളം എന്നീ വ്യത്യസ്തമായ കാവ്യസരണികളെ പരിഷ്കരിച്ച്, ഒരു നൂതന കാവ്യപഥം സൃഷ്ടിച്ചത് എഴുത്തച്ഛന്റെ കാവ്യപ്രതിഭകൊണ്ടാണെന്ന് നിസ്തർക്കം പറയാവുന്നതാണ്. ആധുനിക മലയാളഭാഷയുടെയും സാഹിത്യത്തിന്റെയും പിതാവായി പരക്കെ അംഗീകരിക്കപ്പെട്ട തുഞ്ചത്ത് രാമാനുജൻ എഴുത്തച്ഛൻ

പതിനാറാം നൂറ്റാണ്ടിൽ (കൊല്ലവർഷം 650 നും 750 നും മദ്ധ്യേ) ജീവിച്ചിരുന്നതായി വിശ്വസിക്കപ്പെടുന്നു.

മലപ്പുറം ജില്ലയിലെ പൊന്നാനിതാലൂക്കിലെ തൃക്കണ്ടിയൂർ ശിവക്ഷേത്രത്തിനു സമീപമുള്ള തുഞ്ചത്തു തറവാട്ടിലാണ് അദ്ദേഹത്തിന്റെ ജനനം. ഗുരുമുഖത്തുനിന്ന് സംസ്കൃതവും കാവ്യനാടകങ്ങളും വേദാന്തവും മറ്റും അഭ്യസിച്ചശേഷം, കുറെക്കാലം ഒരു സഞ്ചാരിയായി ദക്ഷിണേന്ത്യയിൽ അദ്ദേഹം ചുറ്റിക്കറങ്ങി. സംസ്കൃതത്തിന്റെയും തമിഴിന്റെയും സ്വാധീനത്തിൽനിന്ന് മലയാളത്തെ മോചിപ്പിച്ചത് എഴുത്തച്ഛനാണ്. ലളിതമായ മലയാളത്തിൽ രചിക്കപ്പെട്ട അദ്ദേഹത്തിന്റെ കൃതികൾ സാധാരണ ജനങ്ങൾ പെട്ടെന്നുതന്നെ നെഞ്ചിലേറ്റി.

എഴുത്തച്ഛന്റെ കൃതികൾ: ദേവീമാഹാത്മ്യം, ശ്രീമഹാഭാഗവതം, അദ്ധ്യാത്മരാമായണം, മഹാഭാരതം, ബ്രഹ്മപുരാണം, ശതമുഖപുരാണം, ഹരിനാമകീർത്തനം, ചിന്താരത്നം തുടങ്ങിയവയാണ്.

"ഇഷ്ടംപറയുന്ന ബന്ധുക്കളാരുമെ,
കഷ്ടകാലത്തിങ്കലില്ലെന്നു നിർണ്ണയം,"
"മോഹങ്ങളെല്ലാം ക്ഷണപ്രഭാചഞ്ചലം
വേഗേന തീരുന്നിതായുസ്സുമോർക്ക നീ." തുടങ്ങിയ എഴുത്തച്ഛന്റെ വരികൾ ഇന്നുമെന്നും മലയാളികളുടെ മനസ്സിൽ പതിയാതിരിക്കില്ല.

3

കുഞ്ചൻനമ്പ്യാർ

"**കൊ**ണ്ടാ പപ്പടമെന്നൊരു ദിക്കിൽ
കൊണ്ടാ പഴമെന്നങ്ങൊരു ദിക്കിൽ
ചക്കപ്രഥമൻ കൊണ്ടാ വളരെ
ശർക്കരയുണ്ടകളമ്പതു കൊണ്ടാ
പച്ചടികൊണ്ടാ കിച്ചടി കൊണ്ടാ
പഞ്ചാരപ്പൊടിയൊരു പറകൊണ്ടാ
മധുരക്കറിയോ മഥിതക്കറിയോ
മതിമതി പോരാ കോരിക്കൊണ്ടാ.
എരിച്ചകറി കൊണ്ടാ പുളിച്ചകറികൊണ്ടാ
പരിപ്പുകൊണ്ടാ നല്ല കരിമ്പിൻനീരുകൊണ്ടാ
ഭരിപ്പുകാരാ, തന്റെ ഇരുപ്പുചിതമല്ല
നിരപ്പിൽ നടന്നൊന്നു ഭരിപ്പതേ നല്ലൂ
എരിച്ച കറി വെച്ചു കരിച്ചതെന്തേ? പിന്നെ
പുളിച്ചകറിയൊന്നു തിളച്ചാലെന്തു ചേതം
പഴത്തിനൊന്നും നല്ല പഴുപ്പു മതിയല്ല
പഴപ്രഥമൻ പാരം കുഴപ്പമായിപ്പോയി
കരിമ്പിൻ നീരിനൊരുതരിമ്പു പുളിയുണ്ട്
വറുത്ത വിധമെല്ലാം കറുത്തനിറമായി

കടിച്ചുകൂടാ, തെല്ലുപൊടിച്ചുകൊണ്ടെന്നാലും
അടക്കമില്ലാത്തവർ കടക്ക പുറത്തോട്ട്."

കുഞ്ചൻനമ്പ്യാരുടെ രുഗ്മിണീസ്വയംവരം തുള്ളലിലെ, ഒരു സദ്യ വർണ്ണനയാണ് ഈ വരികൾ. കുഞ്ചന്റെ സ്വതസിദ്ധമായ ശുദ്ധഹാസ്യത്തിനും, ആക്ഷേപഹാസ്യത്തിനും ഈ വരികൾ നല്ല നിദർശനമാണ്. സദ്യയിലെ ചെറിയ കാര്യങ്ങൾപോലും സസൂക്ഷ്മം നിരീക്ഷിച്ച് ഹാസ്യത്തിന്റെ മേമ്പൊടി ചേർത്ത് അദ്ദേഹം അവതരിപ്പിക്കുമ്പോൾ, ആരും ചിരിക്കാതിരിക്കില്ല. പല സ്വഭാവക്കാരാണല്ലോ ഒരു സദ്യയിൽ പങ്കെടുക്കാനെത്തുക. ഉണ്ണാനിരിക്കുന്നവരുടെ തനിസ്വഭാവം എടുത്തുകാട്ടി, അവരുടെ തീറ്റിഭ്രമത്തെയും അച്ചടക്കരാഹിത്യത്തെയും കുഞ്ചൻ നന്നായി കളിയാക്കുന്നുണ്ട്.

ആക്ഷേപഹാസ്യത്തിലൂടെ സമൂഹത്തെ പരിഷ്കരിച്ച്, നന്മയിലേക്കു നയിക്കുവാനാണ് ഫലിതപ്രിയനായ അദ്ദേഹത്തിന്റെ ഉദ്യമം. തുള്ളൽക്കലയുടെ ഉപജ്ഞാതാവും, തുള്ളലിന്റെ വേഷവിധാനവും ചിട്ടകളുമെല്ലാം രൂപപ്പെടുത്തിയ ക്രാന്തദർശിയായ മഹാകവിയുമായിരുന്നു കുഞ്ചൻനമ്പ്യാർ.

1675 നും 1785 നും മദ്ധ്യേ പാലക്കാട് ജില്ലയിലെ കിള്ളിക്കുറിശ്ശിമംഗലത്ത് കലക്കത്ത് വീട്ടിലാണ് കുഞ്ചന്റെ ജനനം. രാമപാണിവാദൻ എന്ന പേരിൽ അറിയപ്പെട്ടതും കുഞ്ചനാണെന്ന് ഒരുപക്ഷമുണ്ട്.

ഗുരുകുലവിദ്യാഭ്യാസത്തിനുശേഷം അമ്പലപ്പുഴ രാജാവിന്റെയും പിന്നീട് തിരുവിതാംകൂർ രാജാവിന്റെയും രാജസദസ്സിലെ കവിയായി അദ്ദേഹം കാലം കഴിച്ചു. അമ്പലപ്പുഴ അമ്പലത്തിൽ നടത്തിയിരുന്ന ചാക്യാർകൂത്തുവേളയിൽ ചാക്യാരുമായുണ്ടായ ചില അഭിപ്രായവ്യത്യാസങ്ങളാണത്രേ തുള്ളലിന്റെ ആവിർഭാവത്തിന് ഹേതുവായത്.

ഓട്ടൻതുള്ളൽ, ശീതങ്കൻതുള്ളൽ, പറയൻ തുള്ളൽ എന്നിങ്ങനെ മൂന്നു വിഭാഗം തുള്ളലുകൾ ഉണ്ട്. സംസ്കൃതത്തിലും മലയാളത്തിലും നല്ല പാണ്ഡിത്യമുണ്ടായിരുന്ന നമ്പ്യാർ, ഹിന്ദുസ്ഥാനി, തെലുങ്ക് എന്നീ ഭാഷകളും അഭ്യസിച്ചിട്ടുണ്ട്.

അമ്പലപ്പുഴ അമ്പലത്തിന്റെ പടിഞ്ഞാറേ നടയിലുള്ള കളിത്തട്ടിൽ കുഞ്ചന്റെ മിഴാവ് ഇപ്പോഴും സൂക്ഷിക്കപ്പെട്ടിരിക്കുന്നു. 246 വർഷങ്ങൾക്കുശേഷം 2006 മെയ് 5 ന്, കുഞ്ചന്റെ 306-ാം ജന്മദിനത്തിൽ അമ്പലപ്പുഴ ശ്രീകൃഷ്ണസ്വാമി ക്ഷേത്രത്തിൽ തുള്ളൽ വീണ്ടും അവതരിപ്പിക്കുകയുണ്ടായി.

അധികാരിവർഗ്ഗത്തിന്റെ തെറ്റുകളെ പരിഹാസത്തിന്റെ കൂരമ്പുകൊണ്ട് നേരിട്ട കുഞ്ചന്റെ കലാരൂപമായ തുള്ളൽ മലയാളമണ്ണിൽനിന്ന് അടുത്തകാലത്തൊന്നും മറയുകയില്ല എന്നതത്രേ വസ്തുത.

കുഞ്ചന്റെ കൃതികൾ: *ശ്രീകൃഷ്ണചരിതം മണിപ്രവാളം, പഞ്ചതന്ത്രം, ഭഗവദ്ദൂത്, പതിനാലുവൃത്തം, ശിവപുരാണ ദൂതവാക്യം.*

തുള്ളലുകൾ: കിരാതം, ഘോഷയാത്ര, സ്യമന്തകം, നളചരിതം, കാർത്തവീര്യാർജ്ജുനവിജയം, അഹല്യാമോക്ഷം, ബാണയുദ്ധം, പാത്രചരിതം, സീതാസ്വയംവരം, ബാലിവിജയം, നിവാതകവച വധം, രുഗ്മിണീസ്വയംവരം. (ഓട്ടൻതുള്ളലുകൾ)

കല്യാണസൗഗന്ധികം, ഹരിണീസ്വയംവരം, കാളിയമർദ്ദനം, നൃഗമോക്ഷം, സുന്ദോപസുന്ദോപാഖ്യാനം. (ശീതങ്കൻ തുള്ളൽ)

ഗജേന്ദ്രമോക്ഷം, സഭാപ്രവേശം, കീചകവധം, ത്രിപുരദഹനം, കുംഭകർണ്ണവധം, പഞ്ചേന്ദ്രോപാഖ്യാനം, പാഞ്ചാലീ പരിണയം, ഹരിശ്ചന്ദ്രചരിതം, നാളായണീചരിതം. (പറയൻ തുള്ളൽ)

സാധാരണക്കാരെപ്പോലും രസിപ്പിക്കുന്ന ഈ ജനകീയ കലാപ്രകടനം ഇക്കാലത്ത് ക്ഷേത്രവേദികളിലാണ് പ്രധാനമായി അവതരിപ്പിക്കപ്പെടുന്നത്.

4

പൂന്താനം നമ്പൂതിരി

"**അ**ർത്ഥമെത്ര വളരെയുണ്ടായാലും
തൃപ്തിയാകാ മനസ്സിന്നൊരു കാലം
പത്തുകിട്ടുകിൽ നൂറുമതിയെന്നും
ശതമാകിൽ സഹസ്രം മതിയെന്നും
ആയിരംപണം കൈയിലുണ്ടാകുമ്പോൾ
അയുതമാകിലാശ്ചര്യമെന്നതും
ആശയായുള്ള പാശമതിങ്കേന്നു
വേറിടാതെ കരേറുന്നു മേല്ക്കുമേൽ.
സത്തുക്കൾ ചെന്നിരന്നാലായർത്ഥത്തിൽ
സ്വല്പമാത്രം കൊടാ ചില ദുഷ്ടന്മാർ
ചത്തുപോം നേരം വസ്ത്രമതുപോലു-
മെത്തിടാ കൊണ്ടുപോവാനൊരുത്തർക്കും.
പശ്ചാത്താപമൊരെള്ളോളമില്ലാതെ
വിശ്വാസപാതകത്തെക്കരുതുന്നു
വിത്തത്തിലാശ പറ്റുക ഹേതുവായ്
സത്യത്തെ ത്യജിക്കുന്നു ചിലരഹോ!
സത്യമെന്നതു ബ്രഹ്മമതു തന്നെ
സത്യമെന്നു കരുതുന്നു സത്തുക്കൾ

വിദ്യകൊണ്ടറിയേണ്ടതറിയാതെ
വിദ്വാനെന്നു നടിക്കുന്നിതു ചിലർ.”

പൂന്താനത്തിന്റെ *ജ്ഞാനപ്പാന* എന്ന പ്രശസ്തകാവ്യത്തിലെ ചില വരികളാണ് മുകളിൽ ഉദ്ധരിച്ചത്. ജ്ഞാനപ്പാന എന്ന ഒരൊറ്റ കാവ്യം കൊണ്ടുതന്നെ മലയാളികളുടെ മനസ്സിൽ സ്ഥിരപ്രതിഷ്ഠ നേടിയ മഹാകവിയാണ് പൂന്താനം നമ്പൂതിരി.

മലപ്പുറം ജില്ലയിൽ അങ്ങാടിപ്പുറത്തിനടുത്തുള്ള പൂന്താനം ഇല്ലത്ത് 1547 നും 1640 നും മദ്ധ്യേ ജീവിച്ചിരുന്ന കവിയാണ് അദ്ദേഹം. മേൽപ്പത്തൂരിന്റെ വിഭക്തിയേക്കാൾ (പാണ്ഡിത്യം) പൂന്താനത്തിന്റെ ഭക്തിയാണ് തനിക്കിഷ്ടം എന്ന് ഗുരുവായൂരപ്പൻ സ്വപ്നദർശനത്തിലൂടെ മേൽപ്പത്തൂരിനെ ഓർമ്മപ്പെടുത്തിയെന്നാണ് ഐതിഹ്യം.

ഭക്തിസാഹിത്യത്തിൽ പൂന്താനത്തിന്റെ *ജ്ഞാനപ്പാന*യ്ക്കുള്ള അഗ്രിമസ്ഥാനം ഏവർക്കും അറിയാവുന്നതാണല്ലോ. അതിലെ ജീവിതഗന്ധിയായ വേദാന്തം, പച്ചമലയാളത്തിന്റെ മാധുര്യം, ലാളിത്യം എന്നിവ എടുത്തുപറയേണ്ടിയിരിക്കുന്നു.

മേൽ ഉദ്ധരിച്ച *ജ്ഞാനപ്പാന*യിലെ വരികൾതന്നെ വായിച്ചാൽ, ഈ കാവ്യത്തിന്റെ സമകാലിക പ്രസക്തി വർദ്ധിച്ചിട്ടുള്ളതായി കാണാം. മനുഷ്യന്റെ ധനത്തോടുള്ള ആർത്തിയും, പാവങ്ങൾ വന്നിരന്നാൽപോലും എന്തെങ്കിലും കൊടുക്കാൻ പ്രയാസപ്പെടുന്ന ധനികരുടെ മനഃസ്ഥിതിയും, സമ്പത്തിനോടുള്ള അടങ്ങാത്ത ആഗ്രഹംമൂലം സത്യത്തെപ്പോലും മനുഷ്യൻ ത്യജിക്കുന്ന അവസ്ഥയും ഈ വരികളിൽ വിവരിക്കുന്നു.

380 വരികളുള്ള *ജ്ഞാനപ്പാന*യുടെ ആദ്യത്തെ 24 വരികൾ ഒഴിവാക്കിയാണ് മലയാളത്തിൽ *ജ്ഞാനപ്പാന* അച്ചടിക്കപ്പെട്ടിരുന്നതെന്ന വസ്തുത, 1995 ൽ ജർമ്മനിയിലെ ട്യൂബിങ്ങൻ സർവ്വകലാശാലാ ലൈബ്രറിയിലെ ഡോ. ഹെർമൻ ഗുണ്ടർട്ട് ഗ്രന്ഥശേഖരത്തിലെ പകർപ്പ് കണ്ടെത്തിയതോടെ ബോദ്ധ്യമായി. ഡോ. സ്കറിയ സക്കറിയയുടെ നേതൃത്വത്തിലുള്ള സംഘമാണ് ഈ കൈയെഴുത്തുപ്രതി കണ്ടുപിടിച്ചത്. (അച്ചടി, ജ്ഞാനപ്പാന, ഓണപ്പാട്ട്: എഡിറ്റർ മനോജ് കുറൂർ, ഡി സി ബുക്സ്, കോട്ടയം.)

പൂന്താനത്തിന്റെ ജ്ഞാനപ്പാനയിലെ പല വരികളും മലയാളികളുടെ ചുണ്ടിൽ ഇപ്പോഴും തത്തിക്കളിക്കുന്നു എന്നതുതന്നെ ഈ കൃതിയുടെ ജനപ്രീതി വെളിവാക്കുന്നുണ്ട്.

സന്താനഗോപാലം, *പാന*, *ഭാഷാ കർണ്ണാമൃതം കാവ്യം*, *പാർത്ഥസാരഥിസ്തവം*, *നൂറ്റെട്ടു ഹരി* തുടങ്ങിയ കൃതികളും പൂന്താനത്തിന്റേതാണെന്ന് വിശ്വസിക്കപ്പെടുന്നു.

5

രാമപുരത്തു വാരിയർ

ആഴിമകളുമൊരുമിച്ചൊരു കട്ടിന്മേലന്നേര-
മേഴാമ്മാളികമുകളിലിരുന്നരുളും
ഏഴുരണ്ടുലകുവാഴിയായ തമ്പുരാനെത്രയും
താഴത്തന്റെ വയസ്യനെ ദൂരത്തുകണ്ടു.
കണ്ടാലെത്രകഷ്ടമെത്രയും മുഷിഞ്ഞജീർണ്ണവസ്ത്രം-
കൊണ്ടുതറ്റുടുത്തിട്ടുത്തരീയവുമിട്ടു
മുണ്ടിൽ പൊതിഞ്ഞ പൊതിയും മുഖ്യമായ പുസ്തകവും
രണ്ടും കൂടെക്കക്ഷത്തിങ്കലിടുക്കിക്കൊണ്ടു,
ഭദ്രമായ ഭസ്മവും ധരിച്ചു നമസ്കാരകിണ-
മുദ്രയും മുഖരമായ പൊളിക്കുടയും,
രുദ്രാക്ഷമാലയുമേന്തി, നാമകീർത്തനവും ചെയ്തു
ചിദ്രൂപത്തിങ്കലുറച്ചു ചെഞ്ചെമ്മേ ചെല്ലും
അന്തണനെക്കണ്ടിട്ടുസന്തോഷംകൊണ്ടോ;തസ്യദൈന്യം
ചിന്തിച്ചിട്ടുള്ളിലുണ്ടായ സന്താപം കൊണ്ടോ;
എന്തുകൊണ്ടോ ശൗരി കണ്ണുനീരണിഞ്ഞു, ധീരനായ
ചെന്താമരക്കണ്ണനുണ്ടോ കരഞ്ഞിട്ടുള്ളൂ?
പള്ളിമഞ്ചത്തീന്നു വെക്കമുത്ഥാനം ചെയ്തിട്ടുപക്ക-
ലുള്ള പരിജനത്തോടുകൂടി മുകുന്ദൻ

ഉള്ളഴിഞ്ഞു താഴത്തെഴുന്നള്ളി, പൗരവരന്മാരും
വെള്ളംപോലെ ചുറ്റും വന്നു വന്ദിച്ചു നിന്നു.
പാരാവാരകല്പപരിവാരത്തോടുകൂടി ഭക്ത-
പാരായണനായ നാരായണനാശ്ചര്യം
പാരാതെ ചെന്നെതിരേറ്റു കുചേലനെ; ദീനദയാ-
പാരവശ്യമേവം മറ്റൊരീശ്വരനുണ്ടോ?

സാന്ദീപനി മഹർഷിയുടെ ആശ്രമത്തിൽ തന്റെ സതീർത്ഥ്യ നായിരുന്ന ചങ്ങാതിയെ ദാരിദ്ര്യദുഃഖത്താൽ പരവശനായും മുഷിഞ്ഞവസ്ത്രധാരിയായും കണ്ടിട്ട്, ഭഗവാൻ ശ്രീകൃഷ്ണൻ അദ്ദേഹത്തിന്റെ സവിധത്തിലേക്ക് അത്യന്തം ദുഃഖിതനായും എന്നാൽ സതീർത്ഥ്യനെ വീണ്ടും കാണാനിടവന്നതിൽ സന്തോഷവാനായും ഓടിയെത്തുന്ന രംഗമാണ് കുചേലവൃത്തം വഞ്ചിപ്പാട്ടിലെ മേൽ ഉദ്ധരിച്ച ഭാഗത്തിലുള്ളത്.

കുചേലവൃത്തം വഞ്ചിപ്പാട്ടിലൂടെ മലയാളികൾക്കു പ്രിയങ്കരനായ കവിയാണ് രാമപുരത്തു വാരിയർ. ജലോത്സ വങ്ങളിൽ തുഴച്ചിൽക്കാർ ആലപിക്കാറുള്ള നതോന്നത വൃത്തത്തിലുള്ള കുചേലവൃത്തം വഞ്ചിപ്പാട്ട് രചിക്കാൻ കവിക്ക് പ്രചോദനമായത് തിരുവിതാംകൂർ മഹാരാജാവായ മാർത്താണ്ഡ വർമ്മയുടെ നിർദ്ദേശമായിരുന്നു. വൈക്കം മഹാദേവ ക്ഷേത്രത്തിൽ ദർശനത്തിനെത്തിയ മാർത്താണ്ഡവർമ്മ മഹാ രാജാവ്, മടങ്ങിപ്പോകാൻ വഞ്ചിയിൽ കയറിയപ്പോൾ, ഒപ്പം വാരിയരേയും കൂട്ടി. അദ്ദേഹത്തിന്റെ ആജ്ഞയെത്തുടർന്ന് വഞ്ചിയിൽവച്ചുതന്നെ വാരിയർ രചിച്ച കാവ്യമാണ് *കുചേല വൃത്തം*.

കോട്ടയം ജില്ലയിൽ മീനച്ചിൽ താലൂക്കിൽ രാമപുരം ഗ്രാമത്തിലെ ശ്രീരാമക്ഷേത്രത്തിനു സമീപമുള്ള ഒരു വാരിയത്താണ് 1703 നും 1763 നും മദ്ധ്യേ വാരിയർ ജീവിച്ചിരുന്നത്. അമനകപുരം പത്മനാഭൻ നമ്പൂതിരിയും, പാർവ്വതി വാരസ്യാരുമായിരുന്നു മാതാപിതാക്കൾ. 1703 കുംഭം രണ്ടാംതീയതിയാണത്രേ അദ്ദേഹത്തിന്റെ ജനനം.

ദാരിദ്ര്യദുഃഖത്തിന്റെ പിടിയിലായ അദ്ദേഹം ഒരു

കുടിപ്പള്ളിക്കൂടം അദ്ധ്യാപകനായിരുന്നു. ശരിയായ പേര് ശങ്കരൻ എന്നായിരുന്നുവെന്നും വിശ്വസിക്കപ്പെടുന്നു. ജന്മനാ കവിയായിരുന്ന അദ്ദേഹം ഭാഗവതം ദശമസ്കന്ധത്തിലെ 80-81 അദ്ധ്യായങ്ങളിലുള്ള 86 ശ്ലോകങ്ങൾ ഉൾക്കൊള്ളുന്ന 'സുദാമചരിതം' ഉപാഖ്യാനത്തിൽനിന്നാണ് കുചേലവൃത്തം വഞ്ചിപ്പാട്ട് രചിച്ചത്. വഞ്ചിപ്പാട്ട് ചൊല്ലിക്കേട്ട മാർത്താണ്ഡവർമ്മ മഹാരാജാവ് കവിയെ അഭിനന്ദിക്കുകയും ശ്രീകൃഷ്ണൻ കുചേലന് നല്കിയതുപോലെയുള്ള സൗഭാഗ്യങ്ങൾ കവിക്കും നല്കിയെന്നാണ് ഐതിഹ്യം. മുകളിൽ ഉദ്ധരിച്ച വരികൾതന്നെ കവിയുടെ കാവ്യസിദ്ധി വ്യക്തമാക്കുന്നതാണല്ലോ.

കൃതികൾ: *കുചേലവൃത്തം വഞ്ചിപ്പാട്ട്* കൂടാതെ, *നൈഷധം തിരുവാതിരപ്പാട്ട്*, *ഐരാണുവധം തുള്ളൽ*, *പ്രഭാതകീർത്തനം*, *അമരകോശം വ്യാഖ്യാനം*, ഗീതാഗോവിന്ദത്തിന്റെ വിവർത്തനമായ *ഒരു അഷ്ടപദി* എന്നിവയാണ് വാരിയരുടെ ഇതരകൃതികൾ.

6

പന്തളം കേരളവർമ്മ

അന്നന്നു ചെയ്യേണ്ട കാര്യങ്ങളെല്ലാം
അന്നന്നു ചെയ്യേണമെല്ലാക്കിടാങ്ങൾ;
പിന്നെന്നു വെച്ചീടിലൊന്നിച്ചു ചേരും
നന്നായ് നടത്താൻ പ്രയാസം വരും മേൽ.
ഇന്നുള്ളപാഠം പഠിക്കാതെ പോയാൽ
പിന്നീടിരട്ടിക്കിരട്ടിക്കുമല്ലോ;
ഒന്നുംപഠിക്കാത്തതിനൊപ്പമാകും
വന്നീടുമന്നത്തലുൾത്താരിലേറ്റം.
എന്നല്ല നന്നായ് ഫലിക്കേണമെങ്കിൽ
തോന്നുന്നപോലങ്ങു ചെയ്തീടിലാകാ;
മന്നന്നു മേഴയ്ക്കുമൊന്നേ പഠിത്തം
വന്നീടുവാൻ മാർഗ്ഗമെന്നും ധരിക്ക
കുന്നേറുവാൻ കേളിയാടീടുവാനും
വന്നീടുമെല്ലാരുമുല്ലാസമോടെ;
എന്നും നമുക്കുള്ള കൂട്ടാളിയായി-
ച്ചൊന്നീടുകാരെന്നു ബോധം തെളിഞ്ഞാൽ.

സംസ്കൃതത്തിലും മലയാളത്തിലുമായി ഒട്ടേറെ കൃതികൾ രചിച്ചിട്ടുള്ള 'പദംകൊണ്ടു പന്താടുന്ന പന്തളം' എന്നറിയ

പ്പെട്ടിരുന്ന മഹാകവി പന്തളം കേരളവർമ്മ കുട്ടികൾക്കുവേണ്ടി സോദ്ദേശ്യപരമായ മനോഹര ബാലകവിതകളും രചിച്ചിട്ടുണ്ട്. അദ്ദേഹത്തിന്റെ 'അറിവ്' എന്ന ബാലകവിതയാണ് മുകളിൽ ഉദ്ധരിച്ചത്.

അന്നന്നു ചെയ്യേണ്ടതായ കാര്യങ്ങൾ അന്നന്നുതന്നെ ചെയ്തുതീർക്കാതെ നാളത്തേക്കു മാറ്റിവെച്ചാൽ പിന്നീട് എല്ലാംകൂടി ചെയ്തുതീർക്കാൻ പ്രയാസപ്പെടുമെന്നും അതുപോലെതന്നെ കുട്ടികൾ അന്നന്നു പഠിക്കേണ്ടപാഠങ്ങൾ അന്നന്നുതന്നെ പഠിക്കാതെ മാറ്റിവെക്കുമ്പോൾ പിന്നീട് ഫലത്തിൽ ഒന്നും പഠിക്കാത്തതിനു തുല്യമായിത്തീരുമെന്ന് കവി ഓർമ്മപ്പെടുത്തുന്നു.

മലയാളകവിതയിൽ പുതിയൊരു അദ്ധ്യായം രചിച്ച സർഗ്ഗധനനായ കവിയായിരുന്നു പന്തളം കേരളവർമ്മ. സംസ്കൃതത്തിലും മലയാളത്തിലും നല്ല പാണ്ഡിത്യം നേടിയ അദ്ദേഹം വളരെ ചെറുപ്പത്തിൽതന്നെ സംസ്കൃതത്തിൽ കവിതാരചന ആരംഭിച്ചു. 1879 ജനുവരി 21 ന് പന്തളത്ത് കൊട്ടാരത്തിലാണ് കേരളവർമ്മയുടെ ജനനം. കോട്ടയം പുതുപ്പള്ളി തൃക്കോതമംഗലത്ത് പെരിത്തേലി ഇല്ലം വിഷ്ണു നമ്പൂതിരിയായിരുന്നു അച്ഛൻ. പന്തളത്ത് പുത്തൻകോയിക്കൽ അശ്വതി നാൾ അംബ തമ്പുരാട്ടി അമ്മയും.

പ്രാഥമിക വിദ്യാഭ്യാസം സ്വഭവനത്തിൽവെച്ചാണ് പൂർത്തിയാക്കിയത്. സംസ്കൃതവും മലയാളവും അഭ്യസിച്ചതിനുശേഷം കാവ്യനാടകങ്ങൾ, വ്യാകരണം, കണക്ക് എന്നിവയിൽ നല്ല പാണ്ഡിത്യം നേടി. ചെറുപ്പത്തിൽത്തന്നെ ശ്ലോകങ്ങൾ എഴുതിത്തുടങ്ങി. അക്കാലത്തെ പ്രമുഖപ്രസിദ്ധീകരണങ്ങളായിരുന്ന *മലയാളമനോരമ*, *രസികരഞ്ജിനി* എന്നിവയിൽ അനവധി കവിതകൾ എഴുതിവന്നു. പന്തളം കൊട്ടാരത്തിൽ ഒരു സാഹിത്യ സമാജം രൂപീകരിക്കുകയും അഭിരുചിയുള്ളവർക്ക് സാഹിത്യവിഷയങ്ങളിൽ പരിശീലനം നല്കുകയും ചെയ്തു.

1904 നവംബറിൽ കേരളവർമ്മയുടെ പത്രാധിപത്യത്തിൽ ആരംഭിച്ച *കവനകൗമുദി* മാസിക ആദ്യന്തം പദ്യമയമായിരുന്നു.

മുഖക്കുറിപ്പുമുതൽ പരസ്യങ്ങൾവരെ കവിതയിൽ പ്രസിദ്ധീകരിച്ചിരുന്ന ഈ മാസിക മലയാളത്തിലെ കാവ്യാസ്വാദകരുടെ പ്രിയപ്പെട്ട പ്രസിദ്ധീകരണമായി മാറി. അന്ന് അദ്ദേഹത്തിന് 25 വയസ്സായിരുന്നു പ്രായം. മലയാളത്തിൽ, കവിതയ്ക്കുമാത്രമായി ഒരു മാസിക തുടങ്ങാൻ പിന്നീടാരും അധികമായി തുനിഞ്ഞിട്ടില്ല എന്നതും ശ്രദ്ധേയമാണ്.

1914 ൽ തിരുവനന്തപുരം എസ് എം വി സ്കൂളിൽ മലയാളം പണ്ഡിതരായി അദ്ദേഹം അദ്ധ്യാപനരംഗത്ത് പ്രവേശിച്ചു. 1904 ൽ വിവാഹിതനായ അദ്ദേഹത്തിന്റെ സഹധർമ്മിണി, ഒടുവിൽ കുഞ്ഞികൃഷ്ണമേനോന്റെ സഹോദരിയും ഒരു കവയിത്രിയുമായിരുന്ന അമ്മുക്കുട്ടിയമ്മയായിരുന്നു.

ജ്വരബാധയെത്തുടർന്ന് 1919 ജൂൺ 7ന് നാല്പതാം വയസ്സിൽ കേരളവർമ്മ നിര്യാതനായി.

കൃതികൾ: *വിജയോദയം*, *രുഗ്മാംഗദ ചരിതം* (മഹാകാവ്യങ്ങൾ), *കഥാകൗമുദി*, *വഞ്ചിശതകം*, *സുംഭനിസ്സുംഭവധം*, *ഭുജംഗസന്ദേശം*, *കവനകൗമുദിയിലെ നൂറോളം ഖണ്ഡകൃതികളും ഇരുപതോളം കൂട്ടുകവിതകളും*, *വേണീ സംഹാരം നാടകം*, *സൂക്തിമാല*, *ശ്രീമൂലരാജ വിജയം ഓട്ടൻതുള്ളൽ*, *ശബരിമലയാത്ര* (കാവ്യം).

കൊച്ചി മഹാരാജാവ് 'കവിതിലകൻ' എന്ന പട്ടം നല്കി കേരളവർമ്മയെ ആദരിച്ചു. 1979 ൽ മഹാകവിയുടെ ജന്മശതാബ്ദി പ്രമാണിച്ച് അദ്ദേഹത്തിന്റെ തെരഞ്ഞെടുത്ത കൃതികൾ (രണ്ടുവാല്യം) പ്രസിദ്ധീകരിക്കുകയുണ്ടായി.

7

ഇരയിമ്മൻ തമ്പി

"**ഓ**മനത്തിങ്കൾക്കിടാവോ-നല്ല
കോമളത്താമരപ്പൂവോ?
പൂവിൽ നിറഞ്ഞ മധുവോ-പരി
പൂർണ്ണേന്ദു തന്റെ നിലാവോ?
പുത്തൻപവിഴക്കൊടിയോ-ചെറു
തത്തകൾ കൊഞ്ചും മൊഴിയോ?
ചാഞ്ചാടിയാടും മയിലോ-മൃദു
പഞ്ചമം പാടും കുയിലോ?
തുള്ളുമിളമാൻ കിടാവോ-ശോഭ
കൊള്ളുന്നൊരന്നക്കൊടിയോ?
ഈശ്വരൻ തന്ന നിധിയോ-പര
മേശ്വരിയേന്തും കിളിയോ?
പാരിജാതത്തിൻ തളിരോ-എന്റെ
ഭാഗ്യദ്രുമത്തിൻ ഫലമോ?
വാത്സല്യരത്നത്തെ വയ്ക്കാൻ-മമ
വച്ചൊരു കാഞ്ചനച്ചെപ്പോ?
ദൃഷ്ടിക്കു വച്ചൊരമൃതോ-കൂരി
രുട്ടത്തുവച്ച വിളക്കോ?

കീർത്തിലതയ്ക്കുള്ള വിത്തോ- എന്നും
കേടുവരാതുള്ളമുത്തോ?"

മലയാളികളായ അമ്മമാർ ഇന്നും കുഞ്ഞുങ്ങളെ താരാട്ടു പാടി ഉറക്കുന്ന പ്രശസ്തമായ 'ഓമനത്തിങ്കൾക്കിടാവോ' എന്നാരംഭിക്കുന്ന താരാട്ടുപാട്ടിന്റെ ആദ്യത്തെ ഇരുപതു വരികളാണ് മേൽ ഉദ്ധരിച്ചത്. പ്രശസ്തനായ ആട്ടക്കഥാകൃത്ത് എന്ന നിലയിൽ കഥകളിലോകത്ത് സ്ഥിരപ്രതിഷ്ഠ നേടിയ ഇരയിമ്മൻ തമ്പിയാണ് ഈ മനോഹരഗാനത്തിന്റെ രചയിതാവ്, എന്ന വസ്തുത അറിയുന്നവർ നന്നേ ചുരുക്കമാണ്.

തിരുവിതാംകൂർ രാജകുടുംബത്തിന്റെ ആശ്രിതനായി കഴിഞ്ഞിരുന്ന തമ്പി, പതിനാറാം വയസ്സിൽ ഒരു ശ്ലോകം എഴുതി കാർത്തിക തിരുനാൾ മഹാരാജാവിന്റെ സമക്ഷം അവതരിപ്പിക്കുകയും, അതു ശ്രവിച്ച മഹാരാജാവ് ബാലനായ തമ്പിയെ അഭിനന്ദിക്കുകയും ചെയ്തു. കൂടുതൽ പഠിക്കണമെന്നും, കവിതാരചനയ്ക്ക് വായനയും പഠനവും ഏറെ ആവശ്യമുണ്ടെന്നും മഹാരാജാവ് തമ്പിയെ ഓർമ്മിപ്പിക്കാൻ ഈ സംഭവം കാരണമായി. തുടർന്ന് വായനയും പഠനവും തമ്പിക്ക് തുണയാവുകയും ചെയ്തു.

എന്നാൽ, ഓമനത്തിങ്കൾക്കിടാവോ എന്നാരംഭിക്കുന്ന ഈ താരാട്ടു പാട്ടിന്റെ മനോഹാരിതയും അർത്ഥവ്യാപ്തിയും ലാളിത്യവും അദ്ദേഹത്തിന്റെ മറ്റ് അധികം ഗാനങ്ങൾക്ക് ലഭിക്കുകയുണ്ടായില്ല. ഏതൊരു അമ്മയെയും ഇന്നും ആകർഷിക്കാൻ പോന്നതത്രേ ഓമനത്തിങ്കൾക്കിടാവോ. സ്വാതി തിരുനാൾ മഹാരാജാവിന്റെ കുട്ടിക്കാലത്ത്, അദ്ദേഹത്തെ താരാട്ടുപാടി ഉറക്കാനായി രചിക്കപ്പെട്ട ഗാനമാണിത്.

1782 ഒക്ടോബർ 18 ന് തിരുവനന്തപുരത്ത് കോട്ടയ്ക്കകം കിഴക്കേമഠം വീട്ടിലാണ് രവിവർമ്മൻ തമ്പി എന്ന ഇരയിമ്മൻ തമ്പിയുടെ ജനനം. ജന്മനാ കവിയായിരുന്ന അദ്ദേഹം കൊട്ടാരത്തിലെ ഒരു ആശ്രിതനായി കഴിഞ്ഞതാണ് ഏറെ ഗുണകരമായി ഭവിച്ചത്. രാജകുടുംബത്തിന്റെ പ്രോത്സാഹനങ്ങൾ യഥാവസരം ലഭിച്ച അദ്ദേഹം പിന്നീട് രാജസദസ്സിലെ

കവിയും ആസ്ഥാനകവിയുമായിത്തീരുകയും ചെയ്തു. അദ്ദേഹം രചിച്ച 'കരുണചെയ്‌വാനെന്തു താമസം കൃഷ്ണാ' എന്നാരംഭിക്കുന്ന കീർത്തനം ഏറെ പ്രശസ്തമാണ്.

മലയാളത്തിലും സംസ്കൃതത്തിലുമായി 23 പദങ്ങളും, 5 വർണ്ണങ്ങളും, 28 കീർത്തനങ്ങളും രണ്ടു ഭക്തിപ്രബന്ധങ്ങളും ഒരു കുമ്മിയും തമ്പിയുടെ വകയായി പ്രസിദ്ധീകരിക്കപ്പെട്ടിട്ടുണ്ട്. സുഭദ്രാഹരണം കൈകൊട്ടിക്കളിപ്പാട്ട്, മുറജപപ്പാന എന്നിവയാണ് മറ്റുരചനകൾ.

കീചകവധം, ഉത്തരാസ്വയംവരം, ദക്ഷയാഗം എന്നീ ആട്ടക്കഥകൾ, നവരാത്രിപ്രബന്ധം, രാജസേവാക്രമം മണിപ്രവാളം എന്നിവയാണ് മറ്റുകൃതികൾ.

1856 ജൂലൈ 29 ന് ഇരയിമ്മൻ തമ്പി ദിവംഗതനായി.

8

ഉണ്ണായിവാരിയർ

സാമ്യമകന്നോരുദ്യാനം എത്രയുമഭി-
രാമ്യമിതിനുണ്ടതു നൂനം.
ഗ്രാമ്യം നന്ദനവനമരമ്യം ചൈത്രരഥവും
കാമ്യം നിനയ്ക്കുന്നാകിൽ സാമ്യമല്ലിതുരണ്ടും.
കങ്കേളി ചമ്പകാദികൾ പൂത്തുനില്ക്കുന്ന
ശങ്കേവസന്തമായാതം
ഭൃംഗാളി നിറയുന്നു പാടേല പടലിയിൽ
കിംകേതകങ്ങളിൽ മൃഗാങ്കനുദിക്കയല്ലി?
പൂത്തും തളിർത്തുമല്ലാതേ-ഭൂരുഹങ്ങളിൽ
ചേർത്തുമൊന്നില്ലിവിടെക്കാണ്മാൻ
ആർത്തുനടക്കും വണ്ടിൻ ചാർത്തും കുയിൽകുലവും
വാഴ്ത്തുന്നു മദനന്റെ കീർത്തിയെ മറ്റൊന്നില്ല.
സർവർത്തു രമണീയമേ തൽ പൊന്മയക്രീഡാ
പർവ്വതമെത്രയും ചിത്രം
ഗർവ്വിതഹംസകോകം ക്രീഡാതടാകമിതു
നിർവൃതികരങ്ങളിലീവണ്ണം മറ്റൊന്നില്ല.

ഉണ്ണായിവാരിയരുടെ നളചരിതം രണ്ടാം ദിവസത്തെ കഥയിൽ ഉൾപ്പെടുന്ന ഉദ്യാനവർണ്ണനയിൽനിന്നുള്ള ഒരു

ഭാഗമാണ് ഇവിടെ ഉദ്ധരിച്ചത്. വസന്തത്തിന്റെ ആഗമനത്തോടെ പ്രകൃതി അണിഞ്ഞൊരുങ്ങുന്നതിന്റെ അതിമനോഹരമായ ഒരു ചിത്രം ഈ വരികളിൽ ദർശിക്കാനാവും. പൂത്തുനില്ക്കുന്ന ചെടികളിലേക്ക് ആകൃഷ്ടരായി വന്നെത്തുന്ന വണ്ടുകൾ, വസന്താഗമം അറിയിക്കുന്ന കുയിലിന്റെ ഗാനങ്ങൾ, തടാകത്തിൽ നീന്തിക്കളിക്കുന്ന ഹംസങ്ങൾ എന്നിവയുടെ ഹൃദ്യമായ ചിത്രീകരണമാണ് ഈ വരികളിലൂടെ കവി അവതരിപ്പിച്ചിരിക്കുന്നത്കഥകളിയിൽ ഇവ രംഗത്ത് മനോഹരമായി അവതരിപ്പിക്കാനുമാവും.

നളചരിതം ആട്ടക്കഥയുടെ രചനയിലൂടെമാത്രം മലയാള സാഹിത്യത്തിൽ ഉന്നതമായ ഒരു സ്ഥാനം നേടിയെടുത്ത കവിയാണ് ഉണ്ണായിവാരിയർ. രാമൻ എന്നായിരുന്നു അദ്ദേഹത്തിന്റെ യഥാർത്ഥ നാമമെന്നും, ഉണ്ണായി എന്നത് ഓമനപ്പേരായിരുന്നുവെന്നും വ്യത്യസ്ത അഭിപ്രായങ്ങളുണ്ട്.

നളചരിതം കൂടാതെ *ഗിരിജാകല്യാണം*, *ഗീതപ്രബന്ധം* എന്നിവയുടെ കർത്താവും ഉണ്ണായി തന്നെയാണത്രേ. കൊല്ലവർഷം 858 നും 935 നും (ക്രിസ്തുവർഷം 1682-1799) ഇടയ്ക്കാണ് ഉണ്ണായി ജീവിച്ചിരുന്നതെന്നു കരുതപ്പെടുന്നു.

വിദ്യാഭ്യാസത്തിനുശേഷം കുലത്തൊഴിലായ മാലകെട്ടുമായി ഇരിങ്ങാലക്കുട കൂടൽമാണിക്യം ക്ഷേത്രത്തിൽ കഴിയുമ്പോഴും ശിഷ്യന്മാർക്ക് വിജ്ഞാനം പകർന്നുകൊടുക്കാൻ അദ്ദേഹം മടിച്ചിരുന്നില്ല. അക്കാലത്തുതന്നെ ഒറ്റശ്ലോകങ്ങളും പാട്ടുകളും എഴുതിത്തുടങ്ങിയിരുന്നു. വാരിയരുടെ കവിതയ്ക്ക് പ്രൗഢി ഏറിയതെങ്കിലും തന്റെ കവനകൗശലം അദ്ദേഹം അവയിലെല്ലാം ആവോളം പ്രകടിപ്പിച്ചിരുന്നു.

മഹാഭാരതം വനപർവ്വത്തിൽ ഉൾക്കൊള്ളിച്ചിട്ടുള്ള നളോപാഖ്യാനത്തെ ആസ്പദമാക്കി അദ്ദേഹം രചിച്ച നളചരിതം ആട്ടക്കഥ, കവിയെ ഏറെ പ്രശസ്തനാക്കി. ഒരു ഉത്തമ ദൃശ്യകാവ്യം എന്ന നിലയിൽ പാടിക്കേൾക്കാനും രംഗത്ത് ആടിക്കാണാനും നളചരിതത്തിനുള്ള സിദ്ധി, പണ്ഡിതന്മാർ പണ്ടേ സമ്മതിച്ചിട്ടുള്ളതത്രേ. രംഗൗചിത്യം, ദേശകാല ഔചിത്യം, പാത്ര ചിത്രീകരണത്തിലുള്ള വൈദഗ്ദ്ധ്യം, തികഞ്ഞ

നാടകീയത, ഇവയെല്ലാമാണ് നളചരിതം ആട്ടക്കഥയുടെ വൈശിഷ്ട്യം. ആട്ടക്കഥയിൽ പദ്യഭാഗം സംസ്കൃതത്തിൽ എഴുതുകയും, ഗദ്യഭാഗം മലയാളത്തിൽ എഴുതുകയും ചെയ്തിരുന്ന പഴയ സമ്പ്രദായത്തെ മാറ്റി മറിച്ചുകൊണ്ട്, ഉചിതമായ രചനാരീതി സ്വീകരിച്ചു എന്നതാണ് നളചരിതം ആട്ടക്കഥയുടെ സവിശേഷത. നാലുദിവസത്തെ നളചരിതം കഥ കളിയിൽ, നളൻ ദമയന്തിയെ വിവാഹം ചെയ്യുന്നത് ഒന്നാം ദിവസത്തെ കഥയിലും, അവരുടെ ദാമ്പത്യജീവിതവും ദമയന്തിയെ ത്യജിക്കലും രണ്ടാം ദിവസവും, നളന്റെ അജ്ഞാതവാസക്കാലം മൂന്നാംദിവസവും, വീണ്ടും ദമയന്തിയെ കണ്ടുമുട്ടി ജീവിതം പുനരാരംഭിക്കുന്നത് നാലാം ദിവസത്തെ കഥയിലുമാണ് ഉണ്ണായിവാരിയർ ഉൾക്കൊള്ളിച്ചിട്ടുള്ളത്.

പാത്രസൃഷ്ടിയിലും രചനാവൈശിഷ്ട്യത്തിലും നളചരി തത്തെ വെല്ലാൻ മറ്റ് അധികം ആട്ടക്കഥകൾ ഇല്ല എന്നതാണ് സത്യം. ഗദ്യവും പദ്യവുമെല്ലാം തികച്ചും ആസ്വാദ്യക രമായിത്തന്നെയാണ് രചിക്കപ്പെട്ടിട്ടുള്ളത്.

നളചരിതത്തിന്റെ വൈശിഷ്ട്യം ഏവർക്കും വ്യക്തമാക്കി ക്കൊടുക്കാനായി കേരളപാണിനി എ ആർ രാജരാജവർമ്മ, നളചരിതത്തിന് 'കാന്താരതാരകം' എന്ന പ്രൗഢവും സരസവുമായ ഒരു വ്യാഖ്യാനം പ്രസിദ്ധപ്പെടുത്തിയിട്ടുണ്ട്. സഹൃദയർക്ക് നളചരിതം കൂടുതൽ ആസ്വാദ്യകരമാക്കുവാൻ ഈ വ്യാഖ്യാനം ഉപകരിക്കുകയുംചെയ്തു.

അവസാനകാലത്ത് ഉണ്ണായിവാരിയർ സ്വദേശമായ തൃശൂരിൽ പോയി വിശ്രമജീവിതം നയിക്കുകയും എഴുപതാം വയസ്സിൽ നിര്യാതനാവുകയും ചെയ്തതായാണ് വിശ്വാസം.

9

കൊടുങ്ങല്ലൂർ കുഞ്ഞിക്കുട്ടൻ തമ്പുരാൻ

വരമാബലി നാടുവാണൊരാ
സ്മരണത്തിന്നുതകും പ്രകാരമേ
ഇരവിപ്പെരുമാൾ തുടങ്ങി വൻ-
കര തൃക്കാക്കര വെച്ചൊരുത്സവം.
* * * * *
ഒരു മാസമഹോ മഹോത്സവം
പെരുമാറീടുവസാന ഘോഷണം
പുരുമംഗളമിങ്ങു ചിങ്ങമാം
തിരുവോണം ദിവസം കഴിയ്ക്കയാം.
മലയാളികളിൽ പ്രമാണമാം
നിലയാണ്ടോർ സകുടുംബമേവരും
പലനാടരുമൊക്കെയൊപ്പമീ-
സ്ഥലമെത്തും പടിയാണു നിശ്ചയം.

മഹാകവി കൊടുങ്ങല്ലൂർ കുഞ്ഞിക്കുട്ടൻ തമ്പുരാന്റെ 'കേരള കാവ്യ'ത്തിൽ ഓണത്തെപ്പറ്റി പ്രതിപാദിക്കുന്ന ചില വരികളാണിത്. ഓണത്തിന്റെ പ്രാചീനതയും തൃക്കാക്കരയിലെ അത്തച്ചമയ ആഘോഷവും ഒരുമാസം നീണ്ടുനില്ക്കുന്ന ഓണോത്സവത്തിന്റെ ചടങ്ങുകളും മറ്റും ഈ കവിതയിൽ

വിവരിക്കുന്നുണ്ട്. നാട്ടുകാർക്കും മറുനാട്ടുകാർക്കും എന്തൊരു ആഹ്ലാദമാണ് ചിങ്ങത്തിലെ ഈ ആഘോഷം നല്കിയിരുന്ന തെന്ന് ഈ വരികളിൽനിന്നു വായിച്ചെടുക്കാം.

എന്നാൽ, ഇക്കാലത്ത് ഓണത്തിന്റെ പഴയപ്രൗഢിയെല്ലാം കുറഞ്ഞ് പത്തുദിവസത്തെ ചടങ്ങുകളായി അത് കുറഞ്ഞിരിക്കുന്നു. ടെലിവിഷൻ സെറ്റിനു മുന്നിൽ ഇരുന്ന് ഓണം തള്ളിനീക്കുന്ന മലയാളികളെയാണ് മിക്ക പ്രദേശത്തും കാണാനാവുക.

കേരളവ്യാസൻ എന്നറിയപ്പെടുന്ന മഹാകവി കൊടുങ്ങല്ലൂർ കുഞ്ഞിക്കുട്ടൻതമ്പുരാൻ, പ്രശസ്തകവി വെൺമണി അച്ഛൻ (പരമേശ്വരൻ) നമ്പൂതിരിപ്പാടിന്റെയും കൊടുങ്ങല്ലൂർ കോവിലകത്തെ കുഞ്ഞിപ്പിള്ളത്തമ്പുരാട്ടിയുടെയും പുത്രനായിരുന്നു. പച്ചമലയാളത്തിൽ കവിതയെഴുതുന്ന പ്രസ്ഥാനത്തിലെ ശക്തനായ വക്താവുമായിരുന്നു അദ്ദേഹം.

1864 സെപ്തംബർ 18 നായിരുന്നു കുഞ്ഞിക്കുട്ടൻ തമ്പുരാൻ ജനിച്ചത്. നന്നേ ചെറുപ്പത്തിൽത്തന്നെ കവിതാരചന ആരംഭിച്ചു. കത്തുകൾപോലും പിന്നീട് കവിതയിൽ എഴുതുന്നത് അദ്ദേഹം ഒരു ശീലമാക്കി.

1904 ൽ വ്യാസഭാരതത്തിന്റെ തർജ്ജമ ആരംഭിച്ചു. 874 ദിവസംകൊണ്ട് അദ്ദേഹം തർജ്ജമ പൂർത്തിയാക്കി. ഒരുലക്ഷത്തി ഇരുപത്തയ്യായിരം ശ്ലോകങ്ങളാണ് ഈ ദിവസങ്ങൾക്കുള്ളിൽ തമ്പുരാൻ ശുദ്ധമലയാളത്തിലേക്ക് ഭാഷാന്തരം ചെയ്തത്.

ഏഴു വാല്യങ്ങളുള്ള ഈ ബൃഹത്ഗ്രന്ഥം മലയാളഭാഷയ്ക്ക് എക്കാലത്തെയും ഒരു മുതൽക്കൂട്ടായി പരിഗണിക്കാം. 1964 ൽ സാഹിത്യപ്രവർത്തക സഹകരണസംഘം *വ്യാസഭാരതം* പുനഃപ്രസിദ്ധീകരിക്കുകയുണ്ടായി.

തമ്പുരാന്റെ 'മദിരാശിയാത്ര' മലയാളത്തിലെ ആദ്യത്തെ യാത്രാവിവരണകാവ്യമായി വിശേഷിപ്പിക്കപ്പെടുന്നു. *മലയാള മനോരമ*, *വിദ്യാവിനോദിനി* എന്നീ പത്രങ്ങളിലാണ് കുഞ്ഞുക്കുട്ടൻ തമ്പുരാൻ തന്റെ കവിതകൾ ഏറെയും പ്രസിദ്ധപ്പെടുത്തിയിരുന്നത്.

രാമവർമ്മ അപ്പൻ തമ്പുരാൻ പ്രസിദ്ധീകരിച്ചിരുന്ന 'രസിക രഞ് ജിനി' മാസികയുടെ പത്രാധിപരായി തമ്പുരാൻ പ്രവർത്തിച്ചിട്ടുണ്ട്. ഗദ്യസാഹിത്യകൃതികൾ കൂടുതലും ഈ മാസികയിലാണ് തമ്പുരാൻ പ്രസിദ്ധീകരിച്ചിരുന്നത്.

കൃതികൾ: *ലക്ഷണാസംഗം*, *ഗംഗാവതരണം*, *സന്താനഗോപാലം*, *സ്യമന്തകം*, *മാനവിക്രമവിജയം*, *മാർത്താണ്ഡവിജയം* (നാടകങ്ങൾ), *കവിഭാരതം*, *മദിരാശിയാത്ര*, *നല്ലഭാഷ*, *പാലുണ്ണീചരിതം*, *വേട്ടയ്ക്കൊരു മകൻ*, *ആത്മബോധം*, *ദോഷവിചാരം*, *ഹംസസന്ദേശം*, *കംസൻ* (കാവ്യങ്ങൾ), *കാദംബരീകഥാസാരം*, *ഭാഷാശുകസന്ദേശം*, *ആശ്ചര്യചൂഡാമണി*, *ഭാഗവതം*.

ഷേക്സ്പിയറുടെ *ഹാംലറ്റ്*, *ഒഥല്ലോ* എന്നീ കൃതികൾ അദ്ദേഹം തർജ്ജമ ചെയ്തിട്ടുണ്ട്. കൊടുങ്ങല്ലൂർ കോവിലകം കവികൾക്കും പണ്ഡിതന്മാർക്കും എന്നും ഒത്തുകൂടാവുന്ന ഒരു സാഹിത്യക്കളരിതന്നെയായിരുന്നു.

1913 ജനുവരി 12 ന് കുഞ്ഞിക്കുട്ടൻ തമ്പുരാൻ ദിവംഗതനായി.

10

കുമാരനാശാൻ

സ്നേഹത്തിൽ നിന്നുദിക്കുന്നൂ-ലോകം
സ്നേഹത്താൽ വൃദ്ധി തേടുന്നു.
സ്നേഹംതാൻ ശക്തി ജഗത്തിൽ-സ്വയം
സ്നേഹംതാനാനന്ദമാർക്കും,
സ്നേഹംതാൻ ജീവിതം ശ്രീമൻ-സ്നേഹ-
വ്യാഹതി തന്നെ മരണം.
സ്നേഹം നരകത്തിൻ ദ്വീപിൽ-സർഗ്ഗ
ഗേഹം പണിയും പടുത്വം,
അമ്മതൻനെഞ്ഞുഞരമ്പിൽ-തങ്ങി
ച്ചെമ്മേ ചെഞ്ചോരയെത്തന്നെ
അമ്മിഞ്ഞത്തൂവമൃതാക്കും-മൈത്രി
നമ്മോടതോതുന്നു രാജൻ!
ചൊല്ലിനേനീർഷ്യയല്ലാതെ-മർത്ത്യ-
ർക്കില്ലതാനില്ലതാൻ ജാതി.

1922 ൽ കുമാരനാശാൻ പ്രസിദ്ധീകരിച്ച *ചണ്ഡാലഭിക്ഷുകി* എന്ന ബുദ്ധമതസംബന്ധമായ കാവ്യത്തിലെ നാലാം അദ്ധ്യായത്തിൽ നിന്നുള്ള ചില വരികളാണിത്. ആശാനെ സ്നേഹഗായകൻ എന്നു പ്രകീർത്തിക്കുന്നതിന്റെ മുഖ്യകാരണം,

വീണപൂവു മുതൽ *കരുണ* വരെയുള്ള അദ്ദേഹത്തിന്റെ കാല്പനിക കാവ്യങ്ങളിൽ എല്ലാംതന്നെ സ്നേഹഭാവാധിഷ്ഠിതമായ സന്ദർഭങ്ങൾ ഒട്ടനവധി ഉള്ളതുകൊണ്ടാണ്. *നളിനി*യിൽതന്നെ 'സ്നേഹമാണഖിലസാരമൂഴിയിൽ' എന്നു പ്രഖ്യാപിക്കുന്ന കവി, തന്റെ സ്നേഹസങ്കല്പത്തിന് *ചണ്ഡാലഭിക്ഷുകി*യിൽ ഒരു വ്യക്തമായ ഭാഷ്യം തന്നെ, മുകളിൽ ഉദ്ധരിച്ച വരികളിൽ അവതരിപ്പിച്ചിരിക്കുന്നു. തത്ത്വചിന്തകനും, ദാർശനികനുമായ കവിയായി കുമാരനാശാനെ വിശേഷിപ്പിക്കുന്നത് ഇതുകൊണ്ടൊക്കെത്തന്നെയാണ്.

മനുഷ്യസ്നേഹിയായിരുന്നതോടൊപ്പം സാമൂഹികമാറ്റത്തിനുവേണ്ടിക്കൂടി പ്രവർത്തിച്ച കവിയായിരുന്നു കുമാരനാശാനെന്ന് അദ്ദേഹത്തിന്റെ കവിതകളും പ്രവർത്തനരംഗങ്ങളും വീക്ഷിച്ചാൽ ആർക്കും ബോദ്ധ്യമാവാതിരിക്കില്ല. അദ്ദേഹത്തിന്റെ പ്രശസ്തമായ കാവ്യകൃതികളെല്ലാംത്തന്നെ മലയാളികൾ ഹൃദയപൂർവ്വം സ്വീകരിച്ചവയുമാണ്.

1873 ഏപ്രിൽ 12 ന് തിരുവനന്തപുരം ജില്ലയിലെ ചിറയിൻകീഴിനു സമീപം കായിക്കര ഗ്രാമത്തിലാണ് കുമാരുവിന്റെ ജനനം. ചെറുപ്പത്തിൽ കുമാരു എന്നായിരുന്നു അദ്ദേഹത്തെ വിളിച്ചിരുന്നത്. തൊമ്മൻവീട്ടിൽ പെരുങ്കുടി നാരായണൻ-കാളി ദമ്പതികളുടെ രണ്ടാമത്തെ പുത്രനായിരുന്നു കുമാരു. സംസ്കൃതപഠനത്തിനുശേഷം ബാംഗ്ലൂരിലും കൽക്കത്തയിലും പോയി ഉപരിപഠനം നടത്തി.

ചെറുപ്പത്തിൽത്തന്നെ കവിതയെഴുത്ത് ആരംഭിച്ചിരുന്നു. ബാല്യകാലത്ത് പഠിച്ചിരുന്ന സ്കൂളിൽത്തന്നെ പിന്നീട് കുറെക്കാലം അദ്ധ്യാപകനായി ജോലി നോക്കി. തുടർന്ന് അദ്ദേഹം ഒരു സംസ്കൃതപാഠശാല ആരംഭിക്കുകയും കുട്ടികളെ പഠിപ്പിക്കുവാൻ ആരംഭിക്കുകയുംചെയ്തു. അതോടെ കുമാരു കുമാരനാശാൻ എന്ന് അറിയപ്പെടാൻ തുടങ്ങി.

ശ്രീനാരായണഗുരുവുമായുള്ള കൂടിക്കാഴ്ചയാണ് കുമാരനാശാന്റെ ജീവിതത്തിന് ഒരു വഴിത്തിരിവ് ഉണ്ടാക്കിയത്. ഗുരുവിന്റെ ചിന്തകളും പ്രവർത്തനവും മറ്റും അദ്ദേഹത്തെ ഏറെ ആകർഷിച്ചു. അന്ധവിശ്വാസങ്ങൾക്കും അനാചാരങ്ങൾക്കുമെതിരെ തൂലിക ചലിപ്പിക്കുവാനും ആശാന് കഴിഞ്ഞു. ആശാൻ

'ആശയഗംഭീരൻ' എന്നാണ് സാഹിത്യാസ്വാദകർ അദ്ദേഹത്തെ വാഴ്ത്തിയിരുന്നത്.

ശ്രീനാരായണഗുരുവിന്റെ ശിഷ്യനായിത്തന്നെ അറിയപ്പെട്ട ആശാൻ, എസ് എൻ ഡി പി യോഗത്തിന്റെ സെക്രട്ടറിയായി പ്രവർത്തിച്ചു. 1913 ൽ ശ്രീമൂലം പ്രജാസഭയിൽ യോഗം പ്രതിനിധിയായി അദ്ദേഹം തെരഞ്ഞെടുക്കപ്പെട്ടു. മഹാകവി എന്ന നിലയിൽ അദ്ദേഹം അപ്പോഴേക്ക് പ്രശസ്തനായിക്കഴിഞ്ഞിരുന്നു. അദ്ദേഹത്തിന്റെ കാവ്യകൃതികൾ നല്ലൊരുവിഭാഗം സഹൃദയരെ ആകർഷിച്ചു.

1924 ജനുവരി 16 ന് ആശാൻ കൊല്ലത്തുനിന്ന് സഞ്ചരിച്ചിരുന്ന 'റെഡീമർ' എന്ന ബോട്ട് പല്ലനയാറ്റിൽവെച്ച് മുങ്ങുകയും ആ അപകടത്തിൽ മഹാകവി നിര്യാതനാവുകയും ചെയ്തു. അപ്പോൾ അദ്ദേഹത്തിന് 51 വയസ്സായിരുന്നു പ്രായം. മലയാളകാവ്യലോകത്തിന് ഇനിയും ഒട്ടേറെ സംഭാവനകൾ നല്കുവാൻ കഴിവുണ്ടായിരുന്ന പ്രതിഭാശാലിയായ ഒരു മഹാകവിയെയാണ് കേരളത്തിന് നഷ്ടമായത്.

കൃതികൾ: *വീണപൂവ്*, *നളിനി*, *ലീല*, *പ്രരോദനം*, *ഗ്രാമവൃക്ഷത്തിലെ കുയിൽ*, *ചിന്താവിഷ്ടയായ സീത*, *പുഷ്പവാടി*, *ദുരവസ്ഥ*, *ചണ്ഡാലഭിക്ഷുകി*, *കരുണ*, *സൗന്ദര്യലഹരി*, *ബാലരാമായണം*, *ശ്രീബുദ്ധചരിതം പൂർവ്വാർദ്ധം* തുടങ്ങി 25ൽപ്പരം കൃതികൾ അദ്ദേഹം രചിച്ചിട്ടുണ്ട്. (ശ്രീബുദ്ധചരിതം മഹാകാവ്യത്തിന്റെ ഉത്തരാർദ്ധം, മഹാകവിയുടെ വിനീതശിഷ്യ എന്ന് അറിയപ്പെട്ടിരുന്ന പ്രശസ്ത കവയിത്രി മുതുകുളം പാർവ്വതി അമ്മയാണ് പൂർത്തിയാക്കിയത്.)

"ഹാ! സുഖങ്ങൾ വെറുംജാലം,
ആരറിവൂ നിയതിതൻ ത്രാസു
പൊങ്ങുന്നതും താനേ താണുപോവതുമെന്ന്" *കരുണ*യിൽ അദ്ദേഹം എഴുതിയിട്ടുള്ളത് എത്രയോ സത്യമാണ്. മഹാകാവ്യം എഴുതി പൂർത്തിയാക്കാതെ തന്നെ മഹാകവിയായി വാഴ്ത്തപ്പെട്ട ആശാൻ, കവിത്രയത്തിലെ ശ്രദ്ധേയനായ കവിയുമാണ്.

11

മഹാകവി ഉള്ളൂർ

പ്രപഞ്ചധാതാവേ! വളരെ നീണ്ടുപോയ്
സ്വപ്നമങ്ങേ,യ്ക്കൊന്നുണരണേ വേഗം
ഇവിടത്തെ സ്ഥിതിഗതികൾ നോക്കണേ
രവിയുമിന്ദുവും മിഴികളാവോനേ!
ഭുവനങ്ങളങ്ങു ചമച്ചതാണെങ്കി-
ലവനിയുമതിൽപ്പെടുകയില്ലയോ?
ജനയിതാവിനു തനതപത്യത്തെ
ക്കനിഞ്ഞുകാക്കേണ്ടും കടമയില്ലയോ?
അതോധരണിയെച്ചികിത്സാനായ്ശ്ശല്യ-
മൊതുങ്ങുവാനങ്ങുമുഴിഞ്ഞുതള്ളിയോ?
ഹൃദയവും കണ്ണുമുടയോരേ! കേൾപ്പി-
നുദയം ചെയ്തുപോയ് നവീനമാം യുഗം.
അതിനിണങ്ങാത്തപഴമയൊക്കെയും
പതിക്കട്ടേ ചെന്നുപടുകുഴിക്കുള്ളിൽ.
ഒരുമതം മതിയിനി-പ്പരസ്നേഹ,
മൊരു വർഗ്ഗംമതി-മനുഷ്യസംജ്ഞകം;
ഒരു രാഷ്ട്രംമതി-ധരാതലം-നമു-
ക്കൊരുദൈവം മതി-ഹൃദിസ്ഥിതംദീപം.

കിഴക്കു വങ്ഗത്തിൽക്കൊടുമ്പിരിക്കൊണ്ട
വഴക്കും വാശിയും വധൈകവാഞ്ഛയും
ഭരതഭൂമിയിൽ സ്വതന്ത്രതാസുര-
സരിത്തൊഴുക്കിന നവഭഗീരഥൻ
ശുഭവ്രതനസ്മദ് ഗുരുദിനങ്ങൾ മൂ-
ന്നുപവസിക്കവേ മറഞ്ഞുമാഞ്ഞുപോയ്;
അതിന്നുമേലതാ! തിരിക്കയായ് പഞ്ച-
നദത്തിലേയ്ക്കുമശ്ശമ പ്രവാചകൻ
അവിടെയും ജയമവിടുന്നാർജ്ജിച്ചു
ഭവികമൂഴിക്കു പരക്കെ നല്കട്ടെ!

സ്വാതന്ത്ര്യസമ്പാദനത്തിനുശേഷം ഒരു കാൽ നൂറ്റാണ്ടു കഴിഞ്ഞപ്പോൾ കവിതയുടെ വികാസപരിണാമങ്ങളും പ്രവണതകളും വിലയിരുത്താനായി നാഷണൽ ബുക് ട്രസ്റ്റ് നടത്തിയ ഒരു ശ്രമത്തിന്റെ ഭാഗമായി മലയാളത്തിലെ കവികളുടെ സ്വാതന്ത്ര്യോത്തര കവിതകൾ സമാഹരിക്കുകയുണ്ടായി. മലയാളത്തിൽ ഈ സംരംഭത്തിനു നേതൃത്വം നല്കിയ മഹാകവി ജി ശങ്കരക്കുറുപ്പ് തെരഞ്ഞെടുത്ത മഹാകവി ഉള്ളൂരിന്റെ 'വിജയപ്രാർത്ഥന' എന്ന കവിതയിലെ ചില വരികളാണ് ഇവിടെ ഉദ്ധരിച്ചത്. (മലയാളകാവ്യ സംഗ്രഹം-1973) സ്വാതന്ത്ര്യലബ്ധിയെ തുടർന്ന് ബംഗാളിലുണ്ടായ ഹിന്ദു-മുസ്ലീം കലാപവും അതിന്റെ ഫലമായുണ്ടായ രക്തച്ചൊരിച്ചിലുമെല്ലാം മഹാകവിയെ എത്രമാത്രം സ്പർശിച്ചുവെന്ന് ഈ കവിത വ്യക്തമാക്കുന്നു. എന്നാൽ അദ്ദേഹത്തിന്റെ സഹജമായ ശുഭപ്രതീക്ഷാശീലമാണ് ഈ കവിതയിലും അന്തർദ്ധാരയായി നമുക്ക് ദർശിക്കാനാവുക. ഒരു മതവും ഒരു വർഗ്ഗവും മതി ഇനിയെന്നും, അതു മനുഷ്യവർഗ്ഗമാകട്ടെയെന്നും കവി അഭിലഷിക്കുന്നു. ലോകം ഒരൊറ്റ രാഷ്ട്രമായി മാറണമെന്നും, ഏവർക്കും ഒരുദൈവം മതിയെന്നും, വാശിയും വൈരാഗ്യവും വെടിഞ്ഞ് ഭാരതത്തിൽ ഗാന്ധിജി വിഭാവനംചെയ്ത സ്വതന്ത്രരാജ്യം നിലനില്ക്കട്ടെയെന്നും ഉള്ളൂർ മഹാകവി ആഗ്രഹിക്കുന്നു.

ആശാൻ, ഉള്ളൂർ, വള്ളത്തോൾ എന്നീ കവിത്രയത്തിലെ 'ഉജ്ജ്വലശബ്ദാഢ്യൻ' എന്നു പ്രശസ്തി നേടിയ മഹാകവിയാണ്

ഉള്ളൂർ എസ് പരമേശ്വരയ്യർ. ഔദ്യോഗികരംഗത്ത് ഒട്ടേറെ ഉന്നതസ്ഥാനങ്ങൾ വഹിച്ച്, ആക്ടിങ് ചീഫ്സെക്രട്ടറി പദംവരെ യെത്തിയ അദ്ദേഹം തന്റെ കൃത്യാന്തരബാഹുല്യങ്ങൾക്കിടയിൽ മലയാളസാഹിത്യത്തിനു നല്കിയിട്ടുള്ള അമൂല്യസംഭാവനകൾ എന്നെന്നും സ്മരിക്കപ്പെടുകതന്നെ ചെയ്യും.

1877 ജൂൺ 5 ന് (1052 ഇടവം 25) ചങ്ങനാശ്ശേരി പെരുന്നയിൽ താമരശ്ശേരി ഇല്ലത്താണ് മഹാകവിയുടെ ജനനം. അച്ഛൻ സുബ്രഹ്മണ്യയ്യർ, അമ്മ ഭഗവതിഅമ്മാൾ. ചങ്ങനാശ്ശേരി, തിരുവനന്തപുരം എന്നിവിടങ്ങളിലായിരുന്നു വിദ്യാഭ്യാസം. ബി എ; ബി എൽ എന്നീ ബിരുദങ്ങൾ സമ്പാദിച്ചശേഷം എം എ ബിരുദവും നേടി. അദ്ധ്യാപകനായി കുറെനാൾ സേവനമനു ഷ്ഠിച്ചശേഷം സർക്കാർ സർവ്വീസിൽ പ്രവേശിച്ചു. മലയാള ഭാഷയ്ക്കും സാഹിത്യത്തിനും അദ്ദേഹം നല്കിയിട്ടുള്ള സംഭാവനകൾ വിലമതിക്കാനാവാത്തതാണെന്ന്, അദ്ദേഹ ത്തിന്റെ കൃതികളിലൂടെ സഞ്ചരിക്കുമ്പോൾ ആർക്കും ബോദ്ധ്യ മാവും.

കവിത, ഖണ്ഡകാവ്യം, മഹാകാവ്യം, ഉപന്യാസം, നിരൂപണം, നാടകം, ബാലസാഹിത്യം, സാഹിത്യചരിത്രം, ഭാഷാഗവേഷണം, പരിഭാഷകൾ തുടങ്ങി സാഹിത്യത്തിലെ മിക്കവാറും എല്ലാ ശാഖകളിലും അദ്ദേഹം വ്യാപരിച്ചിരുന്നു. കേരള സാഹിത്യചരിത്രം എന്ന ഏഴ് വാല്യങ്ങളുള്ള ആ ബൃഹത്ഗ്രന്ഥം വായിക്കുന്നവർക്ക് മഹാകവിയുടെ കഠിനാദ്ധ്വാ നത്തിന്റെയും ഗവേഷണ പാടവത്തിന്റെയും മഹത്വം ബോദ്ധ്യ മാവുകതന്നെചെയ്യും.

ഉള്ളൂർ കവിതകൾ വളരെ ഗഹനമെന്ന് പറയാറുണ്ടെങ്കിലും, അദ്ദേഹം മനോഹരങ്ങളായ, ലാളിത്യമുള്ള ഒട്ടേറെ കവിതകളും രചിച്ചിട്ടുണ്ടെന്ന് ആ കവിതകളിലൂടെ സഞ്ചരിക്കുന്നവർക്ക് മനസ്സിലാക്കാനാവും. തമിഴ്, മലയാളം, ഇംഗ്ലീഷ്, സംസ്കൃതം എന്നീ ഭാഷകളിൽ നല്ല അവഗാഹം നേടിയിരുന്ന അദ്ദേഹം മലയാളഭാഷയ്ക്കു വേണ്ടിയാണ് സ്വജീവിതം സമർപ്പിച്ചത്.

കൃതികൾ: *കർണ്ണഭൂഷണം*, *പിംഗള*, *തരംഗിണി*, *താരഹാരം*, *കിരണാവലി*, *മംഗളമഞ്ജരി*, *ഉമാകേരളം മഹാകാവ്യം*,

ചിത്രശാല, അരുണോദയം, ഭക്തിദീപിക, ഹൃദയകൗമുദി, ദീപാവലി, ചിത്രോദയ, മണിമഞ്ജുഷ, രത്നമാല, അമൃതധാര, ശരണോപഹാരം തുടങ്ങിയ കവിതാഗ്രന്ഥങ്ങളും *അംബ* (നാടകം), *വിജ്ഞാനദീപിക* (നാല് ഭാഗങ്ങൾ) എന്നീ ഗദ്യകൃതികളും രചിച്ചിട്ടുണ്ട്.

1949 ജൂൺ 15 ന് മഹാകവി ദിവംഗതനായി.

12

മഹാകവി വള്ളത്തോൾ

കേരളജാതർ നാമെങ്ങെങ്ങു പാർത്താലും
കേരള നാട്ടിൽത്താനത്രേ വാഴ്‌വൂ
ദൂരദൂരങ്ങളിലാപതിക്കുമ്പോഴും
സൂരനിൽത്താനല്ലോ തദ്രശ്മികൾ!
ദേശാന്തരമിതു ഭോഗ്യസമൃദ്ധിയാൽ-
ദേവലോകോപമമായിരിക്കാം;
സ്വർഗ്ഗത്തിൽ വാണാലും നമ്മുടെ നോട്ടമോ,
തൃക്കേരളത്തിൻ മുഖത്തേക്കു താൻ!
മാനവശ്രേഷ്ഠരേ, നിങ്ങൾതന്നുന്നത-
സ്ഥാനവും, ജ്ഞാനവും, സർവ്വസ്വവും
കാണിക്ക വെക്കുവിൻ, മാതൃഭൂവാകുന്ന
റാണിതൻ തൃപ്പാദപ്പൊൽപ്പീഠത്തിൽ.
പായുകയല്ല, പറക്കുകയാണല്ലോ
പ്രാപ്യത്തെ പ്രാപിപ്പാനിന്നു ലോകം;
ചേർത്തു ബന്ധിപ്പിനതിന്റെ ചിറകിന്മേൽ
സ്വാർത്ഥ വിചിന്തന തന്തുക്കളെ
ഇല്ലായ്കിൽ, പ്പക്ഷിതൻ പിമ്പിലെറുമ്പായ്പ്പോ-
കില്ലയോ കേവലമസ്മദ്രാജ്യം!
ഭാരതമെന്നപേർ കേട്ടാലഭിമാന-

പൂരിതമാകണമന്തഃരംഗം,
കേരളമെന്നു കേട്ടാലോ തിളയ്ക്കണം
ചോര നമുക്കു ഞരമ്പുകളിൽ!

മഹാകവി വള്ളത്തോളിന്റെ 'ചോര തിളയ്ക്കണം' എന്ന കവിതയുടെ അവസാനഭാഗമാണ് ഇവിടെ ഉദ്ധരിച്ചത്. സ്വാതന്ത്ര്യം ലഭിക്കുന്നതിന് 14 വർഷംമുമ്പ് 1933 ൽ രചിച്ചതാണ് ഈ കവിത. അദ്ദേഹത്തിന്റെ *ദിവാസ്വപ്നം* എന്ന കവിതാസമാഹാരത്തിലാണ് ഈ കവിത ഉൾപ്പെടുത്തിയിട്ടുള്ളത്. സ്വാതന്ത്ര്യസമരകാലത്ത് കേരളീയരെ ആവേശം കൊള്ളിച്ച ഈ കവിത അന്ന് പലരും പാടിക്കൊണ്ടുനടന്നിരുന്നു. ബ്രിട്ടീഷുകാർ സ്വാതന്ത്ര്യസമരപ്പോരാളികളെ തെരഞ്ഞുപിടിച്ച് കാരാഗൃഹത്തിലടയ്ക്കുന്ന കാലത്താണ് മഹാകവി ഈ കവിത പ്രസിദ്ധീകരിച്ചതെന്ന സത്യം ഓർക്കേണ്ടതാണ്. കൃത്യമായി പറഞ്ഞാൽ 1109 തുലാമാസത്തിൽ.

ദേശീയ സ്വാതന്ത്ര്യപ്രസ്ഥാനത്തിന് ചൂടും ആവേശവും പകരുകയും ഭാരതീയ പൈതൃകത്തിൽ അഭിമാനംകൊള്ളുകയുംചെയ്ത മഹാകവിയാണ് വള്ളത്തോൾ നാരായണമേനോൻ. ഗാന്ധിജിയെ തന്റെ ഗുരുനാഥനായി സങ്കല്പിച്ചുകൊണ്ട് അദ്ദേഹം രചിച്ച 'എന്റെ ഗുരുനാഥൻ' എന്ന കവിത ഇന്നും ജനമനസ്സുകളിൽ സ്ഥാനം പിടിച്ചിട്ടുണ്ട്. മലയാളകവിതയുടെ ഒരു കാലഘട്ടത്തിന്റെ നായകനായിരുന്ന വള്ളത്തോളിന് ആസ്ഥാനകവിപ്പട്ടം നല്കി കേരളം അദ്ദേഹത്തെ ആദരിച്ചിരുന്നു.

1878 ഒക്ടോബർ 16 ന് മലപ്പുറം ജില്ലയിലെ പൊന്നാനിക്ക് സമീപം മംഗലം എന്ന ദേശത്താണ് വള്ളത്തോളിന്റെ ജനനം. അച്ഛൻ ദാമോദരൻ ഇളയത്. അമ്മ കുട്ടിപ്പാറു അമ്മ. ചെറുപ്പത്തിൽത്തന്നെ വീട്ടിലിരുന്ന് സംസ്കൃതവും വൈദ്യശാസ്ത്രവും അഭ്യസിച്ചു. കവിതയോടും കഥകളിയോടുമുള്ള കമ്പം ക്രമേണ വളർന്നുവന്നു. ഭാഷാപോഷിണിസഭയുടെ കവിതാമത്സരത്തിൽ ഒന്നാം സമ്മാനം നേടിയപ്പോൾ കവിക്ക് 16 വയസ്സായിരുന്നു പ്രായം. തുടർന്ന് അദ്ദേഹത്തിന്റെ കവിതകൾ ആനുകാലിക പ്രസിദ്ധീകരണങ്ങൾ പ്രസിദ്ധപ്പെടുത്താൻ തുടങ്ങി.

1901 ൽ ആയിരുന്നു വള്ളത്തോളിന്റെ വിവാഹം. ചിറ്റഴി

വീട്ടിൽ മാധവിഅമ്മയായിരുന്നു അദ്ദേഹത്തിന്റെ സഹധർമ്മിണി.

മഹാകാവ്യം, ഖണ്ഡകാവ്യങ്ങൾ, കവിതാസമാഹാരങ്ങൾ എന്നിവ അദ്ദേഹം പ്രസിദ്ധപ്പെടുത്തി. പുരാണകൃതികളുടെ തർജ്ജമകളാണ് വള്ളത്തോളിന്റെ മറ്റൊരു സംഭാവന. വാല്മീകിരാമായണം, മാതംഗലീല, ഭാസന്റെ ഊരുഭംഗം, മദ്ധ്യമവ്യായോഗം, അഭിഷേക നാടകം, സ്വപ്നവാസവദത്തം, മാർക്കണ്ഡേയപുരാണം, പദ്മപുരാണം, വാമനപുരാണം, മത്സ്യപുരാണം, കാളിദാസന്റെ അഭിജ്ഞാനശാകുന്തളം, ഋഗ്വേദസംഹിത തുടങ്ങിയ ഒട്ടേറെ കൃതികളുടെ പരിഭാഷകൾ അദ്ദേഹത്തിന്റെ സ്ഥിരപരിശ്രമത്തിന്റെ ഫലമായി കൈരളിക്ക് ലഭിച്ച കനപ്പെട്ട സംഭാവനകളാണ്.

കൃതികൾ: *ചിത്രയോഗം മഹാകാവ്യം*, *സാഹിത്യമഞ്ജരി* (പത്ത് ഭാഗങ്ങൾ), *ബന്ധനസ്ഥനായ അനിരുദ്ധൻ*, *ശിഷ്യനും മകനും*, *മഗ്ദലനമറിയം*, *കൊച്ചുസീത*, *ബധിരവിലാപം* തുടങ്ങി പന്ത്രണ്ടിലേറെ ഖണ്ഡകാവ്യങ്ങൾ.

ചെറുപ്പത്തിൽത്തന്നെ കഥകളിയെ നെഞ്ചിലേറ്റിയ മഹാകവി, കഥകളിയുടെയും കേരളീയ കലകളുടെയും വികാസത്തിനായി ചെറുതുരുത്തിയിൽ കേരളകലാമണ്ഡലം എന്നൊരു സ്ഥാപനം പടുത്തുയർത്തി. ഈ സ്ഥാപനം വളർന്ന് ഇന്നൊരു കല്പിത സർവ്വകലാശാലയുടെ പദവിയിലെത്തിയിട്ടുണ്ട്.

1955 ൽ ഭാരതസർക്കാർ മഹാകവിക്ക് പത്മഭൂഷൺ ബഹുമതി നല്കി ആദരിച്ചു. കലാമണ്ഡലത്തിലെ കഥകളി സംഘത്തോടൊപ്പം അദ്ദേഹം ഇന്ത്യയുടെ മിക്കവാറും ഭാഗങ്ങളിലും, റഷ്യ, ചൈന, ഫ്രാൻസ്, ഇറ്റലി, പോളണ്ട് തുടങ്ങി ഒട്ടേറെ വിദേശരാഷ്ട്രങ്ങളിലും സഞ്ചരിച്ചിട്ടുണ്ട്. അവസാനകാലംവരെ കേരളകലാമണ്ഡലത്തിന്റെ വളർച്ചയ്ക്കുവേണ്ടിയാണ് അദ്ദേഹം യത്നിച്ചിരുന്നത്. 1958 മാർച്ച് 13 ന് വള്ളത്തോൾ ദിവംഗതനായി. ചെറുതുരുത്തിയിൽ കേരളകലാമണ്ഡലത്തിനു സമീപം ഭാരതപ്പുഴയുടെ തീരത്താണ് അദ്ദേഹം അന്ത്യവിശ്രമം കൊള്ളുന്നത്. സമീപമുള്ള റെയിൽവേസ്റ്റേഷന്, അദ്ദേഹത്തോടുള്ള ആദരസൂചകമായി 'വള്ളത്തോൾ നഗർ' എന്നാണ് നാമകരണം ചെയ്തിട്ടുള്ളത്.

13

ജി ശങ്കരക്കുറുപ്പ്

“**വേ**ലചെയ്യണം വേല”-
സമ്പന്നനക്കണ്ണിന്റെ
മൂലകൂർപ്പിച്ചും കൊണ്ടു
തന്നർത്ഥശാസ്ത്രം നീർത്തി:
കാവിമുണ്ടുകാർക്കൊക്കെ
സ്സുഖിക്കാനുള്ളസ്സത്രം
ദ്യോവിലാണവിടേക്കു
പോയ്ക്കൂടെ വൈകിക്കാതേ?
ഞാനിരക്കുവാൻ ചെന്നാൽ
വയലേകില്ലാ ധാന്യം
ജ്ഞാനിയല്ലല്ലോ നിലം
വേദാന്തം ശ്രവിക്കുവാൻ”
ഒന്നു പുഞ്ചിരിക്കൊണ്ടു
ഗൗതമൻ ചൊല്ലി; “ഞാനു-
മെന്നുടെ നിലയ്ക്കൊരു
കൊച്ചുകർഷകനത്രേ
കാടുകൾ പിടിച്ചെഴും
മർത്ത്യയമാനസത്തിന്റെ

മേടുകൾ നിരത്തിയി-
ട്ടൊക്കെയും സമമാക്കി
കനിവുമഹിംസയും
പ്രേമവുമൊലിപ്പിച്ചു
നനവുണ്ടാക്കി ശുദ്ധ-
സാത്വികസംസ്കാരത്തിൽ
ശാന്തജീവിതം വിത-
ച്ചീടുവാൻ ശ്രമിക്കയാം
ഞാൻ തനിച്ചതിൽ നിന്നു
രോമാഞ്ചം കൊയ്യും ലോകം.
ഭാവിയിലതിൻ ബീജ-
മന്തരീക്ഷത്തിൽക്കൂടി
ഭൂവിലൊക്കെയുമെത്തും
മുളയ്ക്കും കതിരിടും
എൻനുകം ചുമക്കുവാൻ
മൂകജീവികളില്ല-
യെന്നകം നിറയ്ക്കുവാ-
നില്ലൊറ്റ വേലക്കാരൻ
ഞാനൊരു വെറും സാധു-
കർഷകൻ, വിളവെല്ലാ
മാനവർക്കുമായൊപ്പം
കൊയ്യുവാൻ കൊടുക്കും ഞാൻ."

1947 ൽ മഹാകവി ജി ശങ്കരക്കുറുപ്പ് പ്രസിദ്ധീകരിച്ച *വനഗായകൻ* എന്ന കവിതാസമാഹാരത്തിലെ 'രണ്ടു കർഷകന്മാർ' എന്ന കവിതയിൽനിന്നുള്ള ഒരു ഭാഗമാണ് ഇത്. ഒരു ബുദ്ധകഥയെ ആസ്പദമാക്കി അദ്ദേഹം രചിച്ച ഈ കവിതയിൽ, ഒരു കർഷകന്റെ ഗൃഹം സന്ദർശിക്കാനെത്തിയ ശ്രീബുദ്ധനോട് കർഷകൻ പറയുന്ന വാക്കുകൾ ശ്രദ്ധിക്കാം. ഭിക്ഷാപാത്രം നീട്ടിയ ബുദ്ധനോട്, അപ്പോൾ നെല്ല് അളന്ന് പത്തായത്തിലേക്കിട്ടുകൊണ്ടിരിക്കുന്ന ജന്മിയായ കർഷകൻ പരുഷമായ ഭാഷയിൽത്തന്നെ സംസാരിക്കുന്നു. അഹിതമല്ലാത്ത വാക്കുകൾ

കേട്ടിട്ടും പുഞ്ചിരിതൂകിക്കൊണ്ട് കർഷകപ്രമാണിയോട് ബുദ്ധഭഗവാൻ മറുപടി പറയുന്നു.

താനും ഒരു കർഷകന്റെ ജോലിതന്നെയാണ് ചെയ്യുന്നതെന്നും, മനുഷ്യമനസ്സിലെ കാടുകൾ പിടിച്ച മേടുകൾ തട്ടിനിരത്തി അവിടെ കനിവും അഹിംസയും പ്രേമഭാവനയും തൂവി നനവുണ്ടാക്കി നന്മയുടെ വിത്തുകൾ വിതയ്ക്കുന്നതാണ് തന്റെ ജോലിയെന്നും ശ്രീബുദ്ധൻ ഓർമ്മിപ്പിക്കുന്നു. കർഷകൻ വിളവിറക്കിയാൽ സ്വയം കൊയ്തെടുക്കുന്നു. താൻ ചെയ്യുന്ന പ്രവൃത്തിയുടെ സദ്ഫലം ഭാവിയിൽ മാലോകർക്കൊക്കെ കൊയ്തെടുക്കാൻ പാകത്തിന് വിട്ടുകൊടുക്കുന്നു. നാം രണ്ടുപേരും കർഷകർതന്നെ എന്ന സന്ദേശം കർഷകപ്രമാണിക്ക് നല്കുകയാണ് ഈ കഥയിലൂടെ ബുദ്ധഭഗവാൻ ചെയ്യുന്നത്. ഈ ബുദ്ധകഥയാണ് അതിമനോഹരമായി മഹാകവി ഇവിടെ ആവിഷ്കരിക്കുന്നത്.

ഇന്ത്യയിലെ ഏറ്റവും വലിയ സാഹിത്യപുരസ്കാരമായ ജ്ഞാനപീഠം ആദ്യമായി മലയാളഭാഷയ്ക്ക് നേടിത്തന്ന മഹാകവിയാണ് ജി ശങ്കരക്കുറുപ്പ്. അദ്ദേഹത്തിന്റെ *ഓടക്കുഴൽ* എന്ന കവിതാസമാഹാരത്തിനാണ് 1965 ലെ പ്രഥമപുരസ്കാരം ലഭിച്ചത്. മഹാനായ കവി, ആദരണീയനായ അദ്ധ്യാപകൻ, ശ്രോതാക്കളുടെ മനം കവരുന്ന പ്രഭാഷകൻ, വിവർത്തകൻ, ബാലസാഹിത്യത്തിന് അമൂല്യസംഭാവനകൾ നല്കിയ കവി, ഗദ്യകാരൻ എന്നീ നിലകളിലെല്ലാം പ്രശസ്തനായിരുന്നു ജി.

1901 ജൂൺ 3 ന് എറണാകുളം ജില്ലയിലെ കാലടിക്ക് അടുത്തുള്ള നായത്തോട് എന്ന ഗ്രാമത്തിലാണ് ശങ്കരക്കുറുപ്പിന്റെ ജനനം. അച്ഛൻ നെല്ലിക്കാപ്പള്ളി ശങ്കരവാരിയർ. അമ്മ വടക്കിനി ലക്ഷ്മിക്കുട്ടിയമ്മ. വിദ്യാഭ്യാസാനന്തരം 1921 ൽ തിരുവില്വാമല ഇംഗ്ലീഷ് ഹൈസ്കൂളിൽ ഭാഷാദ്ധ്യാപകനായി. തുടർന്ന് വിദ്വാൻ പരീക്ഷയും പാസായശേഷം എറണാകുളം മഹാരാജാസ് കോളേജിൽ ലക്ചററായി. 1956 ൽ പ്രൊഫസർ സ്ഥാനത്തുനിന്ന് റിട്ടയർചെയ്തു.

പരിഷത്ത് ത്രൈമാസികയുടെ പത്രാധിപർ, പരിഷത്ത് പ്രസിഡന്റ് എന്നീ നിലകളിൽ സേവനമനുഷ്ഠിച്ചു. പിന്നീട്

തിരുവനന്തപുരം ആകാശവാണിയിൽ പ്രൊഡ്യൂസറായി ജോലിനോക്കി. 1968 ൽ രാജ്യസഭാംഗമായി നാമനിർദ്ദേശം ചെയ്യപ്പെട്ടു. ജ്ഞാനപീഠപുരസ്കാരത്തിൽ നിന്നുള്ള തുക നിക്ഷേപിച്ച് വർഷംതോറും മികച്ച മലയാള കവിതാഗ്രന്ഥത്തിന് 'ഓടക്കുഴൽ അവാർഡ്' ഏർപ്പെടുത്തി. 1968 ൽ പത്മഭൂഷൺ ബഹുമതി നല്കി രാഷ്ട്രം അദ്ദേഹത്തെ ആദരിച്ചു. 1978 ഫെബ്രുവരി 2 ന് ജി നിര്യാതനായി.

കൃതികൾ: *സാഹിത്യകൗതുകം* (4 ഭാഗങ്ങൾ), *സൂര്യകാന്തി, പൂജാപുഷ്പം, നിമിഷം, നവാതിഥി, മുത്തുകൾ, വനഗായകൻ, ഇതളുകൾ, പഥികന്റെ പാട്ട്, അന്തർദ്ദാഹം, വെള്ളിൽപറവകൾ, ഓടക്കുഴൽ, വിശ്വദർശനം, മൂന്നരുവിയും ഒരു പുഴയും, ജീവനസംഗീതം, മധുരം സൗമ്യം ദീപ്തം, സന്ധ്യാരാഗം, മേഘഛായ, വിലാസലഹരി* (കവിതകൾ), *ഇളം ചുണ്ടുകൾ, ഓലപ്പീപ്പി, കാറ്റേവാ കടലേ വാ* (ബാലകവിതകൾ), *ജി യുടെ നോട്ട്ബുക്ക്, ജിയുടെ ഗദ്യലേഖനങ്ങൾ, ഓർമ്മയുടെ ഓളങ്ങളിൽ* (ആത്മകഥ).

ജിയുടെ *വിശ്വദർശനം* എന്ന കവിതാസമാഹാരത്തിന് കേന്ദ്രസാഹിത്യ അക്കാദമി അവാർഡും കേരള സാഹിത്യ അക്കാദമി അവാർഡും ലഭിച്ചിട്ടുണ്ട്.

14

ഇടപ്പള്ളി രാഘവൻപിള്ള

അത്തമടുത്തുപോയ്, ബാലകന്മാ-
രത്തലെന്നുള്ളതറിയാതായി;
മെത്തിന കൗതുകാൽ കൂട്ടരുമാ-
യെത്തുന്നു പൂങ്കാവിൽ പൂവറുക്കാൻ;
ഓമനക്കുഞ്ഞുങ്ങളൊത്തു കൂടി,
ഓണപ്പാട്ടോരോന്നു പാടിപ്പാടി,
ത്തൂമലർ തേടി നടക്കുന്നേരം
കോൾമയിർ ഭൂവിന്നും കൊള്ളും പാരം.
ചിറ്റാട, ചേമന്തി, ചെങ്കുറിഞ്ഞി
ചെത്തി, നൽച്ചെട്ടിച്ചി, ചെമ്പരുത്തി
മന്ദാരം, മാലതി, മുക്കുറ്റിയും
ബന്ധുരമായ പവിഴമല്ലി
തുമ്പതുടങ്ങിയ പൂക്കളില-
ക്കുമ്പിളിലാവോളം ശേഖരിച്ച്,
കറ്റക്കിടാങ്ങൾ കുളിച്ചുവന്ന്,
മുറ്റത്തുപൂവിട്ടു വെള്ളം ചുറ്റി,
നീളത്തിൽ കൂകുമ്പോളാർക്കു കണ്ഠ-
നാളം തനിയേത്തുറക്കുകില്ലാ!

ഓണപ്പുടവയുടുത്തണിഞ്ഞ്,
ഊണു കഴിച്ചതിതുഷ്ടരായി.

ഇടപ്പള്ളി രാഘവൻപിള്ളയുടെ 'പോവല്ലേ, പോവല്ലേ പൊന്നോണമേ' എന്ന കവിതയിലെ ചില വരികളാണ് മുകളിൽ വായിച്ചത്. മലനാട്ടിൽ ഓണം കടന്നുവരുന്നതോടെ കുട്ടികളുടെ ഓണ ഒരുക്കങ്ങളും പൂക്കൾ ശേഖരിക്കലും മുറ്റത്ത് പൂവിടലും മറ്റും എത്ര ആകർഷകമായിട്ടാണ് കവി വർണ്ണിച്ചിരിക്കുന്നത്. തിരുവോണനാളിൽ ഓണപ്പുടവയുടുത്തു വന്ന് ഓണസദ്യ കഴിക്കുന്നതുവരെയുള്ള സംഭവങ്ങൾ ഒരു വർണ്ണചിത്രത്തിലെ ന്നപോലെ വായനക്കാർക്ക് മുമ്പിൽ കവി ചിത്രീകരിച്ചിരിക്കുന്നു. തന്റെ സഹജമായ വിഷാദാത്മകത കൂടാതെ, ഓണക്കളികളു ടെയും ഓണക്കിളികളുടെയും വർണ്ണപ്പൊലിമ ഈ കവിതയിൽ തുടർന്ന് കവി പ്രകടിപ്പിക്കുന്നുമുണ്ട്.

ചങ്ങമ്പുഴയുടെ *രമണൻ* എന്ന നാടകീയ വിലാപകാവ്യ ത്തെപ്പറ്റി അറിയാത്ത മലയാളികൾ ഉണ്ടാവില്ല. അതിലെ 'മലരണിക്കാടുകൾ തിങ്ങിവിങ്ങി മരതകകാന്തിയിൽ മുങ്ങി മുങ്ങി...' എന്നു തുടങ്ങുന്ന പ്രകൃതിവർണ്ണന മലയാളികളെ ഏറെ ആകർഷിച്ച ഒരു കാവ്യഭാഗമാണ്. ചങ്ങമ്പുഴ, *രമണൻ* എന്ന കാവ്യം രചിച്ചതുതന്നെ, തന്റെ ഉറ്റ ചങ്ങാതിയായ ഇടപ്പള്ളിയുടെ ജീവിതദുരന്തത്തെ ചിത്രീകരിക്കാനായിരുന്നല്ലോ. കാവ്യത്തിൽ പരാമർശിക്കപ്പെടുന്ന രമണൻ ഇടപ്പള്ളി രാഘവൻപിള്ളയും മദനൻ, ചങ്ങമ്പുഴ കൃഷ്ണപിള്ളയുമാണെന്ന് ആസ്വാദകർ അന്നേ തിരിച്ചറിഞ്ഞതുമാണ്.

എറണാകുളത്തിനു സമീപം ഇടപ്പള്ളിയിൽ 1909 മെയ് 30 നാണ് രാഘവൻപിള്ളയുടെ ജനനം. ചങ്ങമ്പുഴയും ഇടപ്പള്ളിയും ഒരേ ക്ലാസിൽ പഠിച്ചിരുന്നവരാണ്. കവിതാരചനയാണ് ഇരുവരേയും കൂടുതൽ അടുപ്പിച്ചത്. ഇടപ്പള്ളി വായനശാലയും ഇടപ്പള്ളി സാഹിത്യസമാജവും അവർ മാറ്റുരച്ച വേദിക ളായിരുന്നു.

വിദ്യാഭ്യാസകാലത്തുതന്നെ, താൻ ട്യൂഷൻ പഠിപ്പിച്ചു കൊണ്ടിരുന്ന ഒരു പെൺകുട്ടിയുമായി രാഘവൻപിള്ള പ്രേമത്തിലായി. പെൺകുട്ടിയുടെ വീട്ടുകാർ സമ്പന്നരായിരുന്നു.

അവർക്ക് രാഘവൻപിള്ളയെപോലെ ഒരാളിന്റെ ഭാര്യയാകാൻ മകളെ അനുവദിക്കാൻ കഴിയുമായിരുന്നില്ല. ട്യൂഷൻ അവസാനിപ്പിച്ചതോടെ ജീവിക്കാൻ അദ്ദേഹത്തിന് വളരെ ക്ലേശിക്കേണ്ടിവന്നു. തിരുവനന്തപുരത്ത് ചില മാസികകളുടെ പ്രസിദ്ധീകരണ സഹായിയായി കുറെനാൾ കഴിഞ്ഞു.

പിന്നീട് കൊല്ലത്ത് എത്തിച്ചേർന്ന രാഘവൻപിള്ള, ട്യൂഷൻ മാസ്റ്റർ, വക്കീൽ ഗുമസ്തൻ എന്നീ തൊഴിലുകൾ സ്വീകരിച്ച് കഴിഞ്ഞുകൂടി. എന്നാൽ, പ്രേമഭാജനത്തിന്റെ വിവാഹ ക്ഷണക്കത്ത് കിട്ടിയതോടെ അദ്ദേഹം ആകെ തളർന്നുപോയി. അപ്പോൾ ഒരു വക്കീൽ ഗുമസ്തനായി കഴിയുകയായിരുന്നു. കാമുകിയുടെ വിവാഹദിവസം, 1936 ജൂലൈ 4ന് രാത്രിയിൽ കൊല്ലത്തെ താമസസ്ഥലത്ത് രാഘവൻപിള്ള ആത്മഹത്യ ചെയ്തു. കുളികഴിഞ്ഞ് നന്നായി ഒരുങ്ങിവന്ന് ചന്ദനപ്പൊട്ടുതൊട്ട് കഴുത്തിൽ മുല്ലപ്പൂമാലയുമണിഞ്ഞാണ് അദ്ദേഹം മരണത്തെ പുല്കിയത്.

കൃതികൾ: *തുഷാരഹാരം*, *ഹൃദയസ്മിതം*, *നവസൗരഭം* എന്നീ കൃതികൾ മരണത്തിനുമുമ്പ് ഇടപ്പള്ളി പ്രസിദ്ധീകരിച്ചിരുന്നു. കവിയുടെ മരണശേഷം ചങ്ങാതിയായ ചങ്ങമ്പുഴ, ഇടപ്പള്ളി രാഘവൻപിള്ളയുടെ കൃതികൾ എന്ന പേരിൽ *മണിനാദം*, *അവ്യക്തസന്ദേശം* എന്നീ കവിതകളും, *സുധ*, *ചില്ലിക്കാശ്* എന്നീ കഥകളും *അന്ത്യസന്ദേശം* എന്ന ലേഖനവും ഉൾപ്പെടുത്തി ഒരു ഗ്രന്ഥം പ്രസിദ്ധീകരിച്ചു. 27-ാം വയസ്സിൽ അകാലത്തിൽ പൊലിഞ്ഞുപോയ ഇടപ്പള്ളി, വാസനാസമ്പന്നനായ ഒരു കവിയായിരുന്നു. എന്നാൽ, ആ പ്രതിഭയെ തിരിച്ചറിയാൻ മലയാളികൾക്ക് അവസരമുണ്ടായില്ല.

15

ചങ്ങമ്പുഴ കൃഷ്ണപിള്ള

ഒരു വെറും പ്രേതം കണക്കതാമേല്ക്കുമേൽ
മലയന്റെ വക്ത്രം വിളർത്തുപോയി.
കുലതോളിലേന്തി പ്രതിമയെപ്പോലവൻ
കുറെനേരമങ്ങനെ നിന്നുപോയി.
* * * *
കളവെന്തെന്നറിയാത്ത പാവങ്ങൾ പൈതങ്ങൾ
കനിവറ്റ ലോകം കപടലോകം!
നിസ്വാർത്ഥസേവനം നിർദ്ദയമർദ്ദനം
നിസ്സഹായത്വം ഹാ! നിത്യദുഃഖം!
നിഹതനിരാശാതിമിരം ഭയങ്കരം
നിരുപാധികോഗ്രനിയമഭാരം!—
ഇതിനൊക്കെ പ്രതികാരം ചെയ്യാതടങ്ങുമോ
പതിതരേ, നിങ്ങൾ തൻ പിൻമുറക്കാർ!
കുലതോളിലേന്തി പ്രതിമപോലങ്ങനെ
മലയനാമുറ്റത്തു നിന്നുപോയി.
അരത,വനൊച്ചപൊങ്ങുന്നതില്ല, ക്കരൾ
തെരുതെരെപ്പേർത്തും തുടിപ്പൂമേന്മേൽ!
ഒരുവിധം ഗദ്ഗദം ഞെക്കിഞെരുക്കിയ

കുറെയക്ഷരങ്ങൾ തെറിപ്പു കാറ്റിൽ
"കരയാതെ മക്കളെ-കല്പിച്ചു-തമ്പിരാൻ
ഒരുവാഴ വേറെ....ഞാൻ കൊണ്ടുപോട്ടെ."
മലയൻ നടന്നു-നടക്കുന്നു മാടത്തി-
ലലയുംമുറയും നിലവിളിയും!
അവശന്മാ,രാർത്തന്മാ,രാലംബഹീനന്മാ-
രവരുടെ സങ്കടമാരറിയാൻ?

1937 സെപ്തംബർ 19 ന് മഹാകവി ചങ്ങമ്പുഴ കൃഷ്ണപിള്ള രചിച്ച്, 1942 ൽ പ്രസിദ്ധീകരിച്ച അദ്ദേഹത്തിന്റെ 'വാഴക്കുല' എന്ന പ്രസിദ്ധമായ കവിതയുടെ അവസാനഭാഗമാണ് മുകളിൽ ഉദ്ധരിച്ചത്. അക്കാലത്ത് കേരളീയരെ അക്ഷരാർത്ഥത്തിൽ ത്തന്നെ സ്വാധീനിച്ച ഒരു കവിതയാണിത്. കഥാപ്രസംഗ രൂപത്തിൽ കേരളത്തിലെ പല പ്രശസ്ത കാഥികരും ഈ കവിത ഒട്ടേറെ വേദികളിൽ അവതരിപ്പിച്ചിട്ടുമുണ്ട്.

ജന്മിയുടെ കുടികിടപ്പുകാരനായ മലയപ്പുലയൻ തന്റെ മാടത്തിന്റെ മുറ്റത്ത് നട്ടുവളർത്തിയ വാഴ, വളർന്ന് കുലച്ചപ്പോൾ അവന്റെ മക്കൾ, വാഴപ്പഴം തിന്നുന്നത് സ്വപ്നം കണ്ടുകൊണ്ടാണ് ദിവസങ്ങൾ തള്ളി നീക്കിയത്. നല്ല മുഴുത്ത കായ്കളോടുകൂടിയ ആ വാഴക്കുല കണ്ടപ്പോൾ ജന്മിക്ക് അതിൽ ഒരു കണ്ണുണ്ടായി. കുല വിളഞ്ഞപ്പോൾ ജന്മിവന്ന് കുല ആവശ്യപ്പെടുകയും യാതൊരു ഒഴിവുകഴിവും പറയാനാവാതെ മലയപ്പുലയൻ ആ കുല വെട്ടി ജന്മിയോടൊപ്പം നടന്നു നീങ്ങുകയും ചെയ്യുന്ന ഭാഗമാണ് കാവ്യസന്ദർഭം. അക്കാലത്തെ നിയമവും നീതിയുമെല്ലാം നിശ്ചയിച്ചിരുന്നത് ജന്മിമാരായിരുന്നു എന്ന ചരിത്രസത്യം ഇന്നത്തെ തലമുറയ്ക്ക് ഒരു പുതിയ അറിവായിരിക്കും. ഈ പ്രമേയം വളരെ ശക്തമായിത്തന്നെ ചങ്ങമ്പുഴ ഈ കവിതയിൽ അവതരിപ്പിച്ചിരിക്കുന്നു. വായനക്കാരുടെ പോലും കണ്ണ് നനയ്ക്കാൻ പര്യാപ്തമായ വികാരതീവ്രതയുള്ള ഒരു കവിതയാണിത്.

യശഃശരീരനായ കെ പി എസ് മേനോനാണ് ഈ കൃതിക്ക് മുഖവുര എഴുതിയിട്ടുള്ളത്. അദ്ദേഹത്തിന്റെ വാക്കുകൾ ഇങ്ങനെ: 'Here are some poems which have come from the heart, and go to the heart.'

മലയാളകവിതയെ ജനകീയമാക്കി മാറ്റിയ മലയാളികളുടെ പ്രിയങ്കരനായ കവിയാണ് ചങ്ങമ്പുഴ കൃഷ്ണപിള്ള. അദ്ദേഹത്തിന്റെ ഏതെങ്കിലും രണ്ടുവരിക്കവിത ചുണ്ടിലുദിക്കാത്ത ഒരൊറ്റ മലയാളിപോലും ഈ കേരളത്തിലുണ്ടാവാനിടയില്ല. അമ്പതിൽപ്പരം പതിപ്പുകളിലൂടെ ലക്ഷക്കണക്കിന് കോപ്പികൾ വിറ്റഴിഞ്ഞ അദ്ദേഹത്തിന്റെ 'രമണൻ' എന്ന നാടകീയവിലാപകാവ്യം മലയാളികളുടെ മനസ്സിൽ ഒരു വിഷാദഗാനമായി ഇന്നും നിലനില്ക്കുന്നു.

1911 ഒക്ടോബർ 11 ന് എറണാകുളം ഇടപ്പള്ളിയിൽ ചങ്ങമ്പുഴത്തറവാട്ടിലാണ് കൃഷ്ണപിള്ളയുടെ ജനനം. അച്ഛൻ തെക്കേടത്ത് നാരായണ മേനോൻ. അമ്മ ചങ്ങമ്പുഴ-പാറുക്കുട്ടിയമ്മ. ചെറുപ്പത്തിൽത്തന്നെ കവിതാവാസന പ്രകടമാക്കിയ അദ്ദേഹം, ഇരുപത്തിമൂന്നാം വയസ്സിലാണ് ആദ്യകൃതിയായ *ബാഷ്പാഞ്ജലി* പ്രസിദ്ധീകരിച്ചത്.

പ്രാഥമിക വിദ്യാഭ്യാസത്തിനുശേഷം, എറണാകുളം മഹാരാജാസ് കോളേജ്, തിരുവനന്തപുരം ആർട്സ് കോളേജ് എന്നിവിടങ്ങളിൽ പഠിച്ച് ഓണേഴ്സ് ബിരുദം നേടി. കുറെക്കാലം സൈനികസേവനവുമനുഷ്ഠിച്ചു. നിയമപഠനത്തിന് മദിരാശി ലോ കോളേജിൽ ചേർന്നെങ്കിലും പഠനം പൂർത്തിയാക്കിയില്ല.

കവിതയായിരുന്നു എന്നും ചങ്ങമ്പുഴയുടെ മനസ്സിൽ. മംഗളോദയം മാസികയുടെ പത്രാധിപസമിതിയിൽ കുറെനാൾ പ്രവർത്തിച്ചു. ചങ്ങാതിയായ ഇടപ്പള്ളി രാഘവൻപിള്ളയുടെ മരണം മഹാകവിയെ ഏറെ ദുഃഖിതനാക്കി. തുടർന്ന് അദ്ദേഹം എഴുതി പ്രസിദ്ധീകരിച്ച *രമണൻ*, ചങ്ങമ്പുഴയെ ഏറെ ജനപ്രീതനായ കവിയാക്കി മാറ്റി. ഇടപ്പള്ളിയുടെ ദാരുണമായ അന്ത്യമാണ് രമണന്റെ ഇതിവൃത്തം.

അവസാനം വാതരോഗവും ക്ഷയരോഗവും പിടിപെട്ട് ശയ്യാവലംബിയായിത്തീർന്ന ചങ്ങമ്പുഴ 37-ാം വയസ്സിൽ 1948 ജൂൺ 17ന് ദിവംഗതനായി.

57 കൃതികളാണ് ചങ്ങമ്പുഴയുടേതായി മലയാളസാഹിത്യത്തിന് ലഭിച്ചിട്ടുള്ളത്. പ്രധാനകൃതികൾ ഇവയാണ്:

ബാഷ്പാഞ്ജലി, രമണൻ, സങ്കല്പകാന്തി, സ്പന്ദിക്കുന്ന അസ്ഥിമാടം, പാടുന്ന *പിശാച്, നീറുന്ന തീച്ചൂള,* ഓണപ്പൂക്കൾ, *ലീലാങ്കണം, രക്തപുഷ്പങ്ങൾ, സ്വരരാഗസുധ,* യവനിക, *ഹേമന്തചന്ദ്രിക, കളിത്തോഴി* (നോവൽ).

തുടിക്കുന്ന താളങ്ങൾ, സാഹിത്യ ചിന്തകൾ, പൂനിലാവിൽ എന്നീ ഗദ്യകൃതികളും അദ്ദേഹം രചിച്ചിട്ടുണ്ട്.

16

വെണ്ണിക്കുളം ഗോപാലക്കുറുപ്പ്

വന്ദനം വന്ദനം! പാർമെത്തും ദ്രാവിഡ-
നന്ദിനിയായി വളർന്ന ഭാഷേ,
വന്ദനം വന്ദനം! ചിത്തം കവർന്നിടും
ചന്ദനാമോദം കലർന്ന ഭാഷേ,
ജീവന്നു നൂതനോന്മേഷം പകർന്നിടും
ദേവഭാഷാമൃതം ചേർന്ന ഭാഷേ,
നിന്മുലപ്പാലിന്റെ വീര്യമുൾക്കൊണ്ടതെൻ
ജന്മജന്മാന്തര പുണ്യമല്ലേ?
വശ്യമാം ശൈലിയിൽ നിന്നെജ്ജയിപ്പൊരു
വിശ്വമനോഹരഭാഷയുണ്ടോ?
താളമിട്ടാടുന്നു തെങ്കടൽക്കല്ലോല-
പാളിനിൻഗാനങ്ങൾ കേട്ടിടുമ്പോൾ:
താനമായിത്തീരുന്ന നാളികേരദ്രുമ-
താല പത്രാന്തര മർമ്മരങ്ങൾ;
ആനന്ദരാഗങ്ങൾ മൂളുന്നു നീളുന്ന
കാനനപ്പൊ   ൽക്കുളിർച്ചോലയെല്ലാം.

മഹാകവി വെണ്ണിക്കുളം ഗോപാലക്കുറുപ്പിന്റെ 'മാണിക്യ വീണ' എന്ന കവിതാസമാഹാരത്തിലെ ആ പേരിലുള്ള

കവിതയിലെ ചില വരികളാണിവ. ലാളിത്യവും പ്രസാദവുമാണ് വെണ്ണിക്കുളം കവിതയുടെ മുഖമുദ്ര. മലയാളഭാഷയെ എത്ര വന്ദിച്ചാലും എത്ര പുകഴ്ത്തിയാലും മതിവരാത്ത കവിയായിരുന്നു അദ്ദേഹം. കേരള സാഹിത്യ അക്കാദമി അവാർഡുലഭിച്ച ഈ കവിതാസമാഹാരമുൾപ്പെടെ ഒന്നര ഡസനിലേറെ കവിതാസമാഹാരങ്ങൾ അദ്ദേഹം മലയാളഭാഷയ്ക്ക് സമർപ്പിച്ചിട്ടുണ്ട്. കവിതയ്ക്കുവേണ്ടി ജീവിച്ച കവിയെന്ന് അദ്ദേഹത്തെപ്പറ്റി നമുക്കു പറയാനാവും. "ഒരു കുളുർമ, ഒരു മാർദ്ദവം, ഒരു മാധുര്യം" എന്നാണ് വെണ്ണിക്കുളത്തിന്റെ കവിതകളെ വിലയിരുത്തിക്കൊണ്ട് പ്രൊഫ. എൻ കൃഷ്ണപിള്ള *കൈരളിയുടെ കഥ* എന്ന ഗ്രന്ഥത്തിൽ രേഖപ്പെടുത്തിയിട്ടുള്ളത്.

കവി, ആരാദ്ധ്യനായ അദ്ധ്യാപകൻ, ബഹുഭാഷാപണ്ഡിതൻ, പ്രഭാഷകൻ, വിവർത്തകൻ എന്നീ നിലകളിലെല്ലാം പ്രശസ്തനായിരുന്നു വെണ്ണിക്കുളം.

1902 മെയ് 10 ന് തിരുവല്ലയ്ക്കു കിഴക്ക് വെണ്ണിക്കുളം എന്ന ഗ്രാമത്തിലാണ് ഗോപാലക്കുറുപ്പിന്റെ ജനനം. അച്ഛൻ പത്മനാഭക്കുറുപ്പ്, അമ്മ ലക്ഷ്മിക്കുഞ്ഞമ്മ. അച്ഛന്റെ ശിക്ഷണത്തിലാണ് വിദ്യാഭ്യാസം വീട്ടിൽ ആരംഭിക്കുന്നത്. പിന്നീട് സ്കൂളിൽ ചേർന്ന് പഠനം തുടർന്നു. എന്നാൽ, സാമ്പത്തിക പരാധീനത കാരണം തുടർന്ന് പഠിക്കുവാൻ കഴിഞ്ഞില്ല. ഏഴാം ക്ലാസ് ജയിച്ചതോടെ വിദ്യാഭ്യാസം അവസാനിച്ചു.

അദ്ധ്യാപകനായി ജീവിതമാരംഭിച്ച വെണ്ണിക്കുളം ഉദ്യോഗത്തിലിരുന്നുകൊണ്ടാണ് ഇംഗ്ലീഷും ഹിന്ദിയും മറ്റും പഠിക്കുന്നത്. സ്വന്തപരിശ്രമംകൊണ്ട് ബഹുഭാഷാപാണ്ഡിത്യം നേടാനായി എന്നതാണ് ശ്രദ്ധേയമായ വസ്തുത. ദീർഘകാലം തിരുവല്ല എം ജി എം ഹൈസ്കൂളിലെ മലയാളം അദ്ധ്യാപകനായി അദ്ദേഹം സേവനമനുഷ്ഠിച്ചു. പിന്നീട് തിരുവനന്തപുരം ഹസ്തലിഖിതഗ്രന്ഥശാലയിലെ ലെക്സിക്കണിലും പ്രവർത്തിച്ചു.

ചെറുപ്പത്തിൽത്തന്നെ കാവ്യരചനാവാസന പ്രകടിപ്പിച്ചിരുന്ന അദ്ദേഹം പതിനാറാമത്തെ വയസ്സുമുതലാണ് കവിതകൾ എഴുതുവാൻ തുടങ്ങിയത്. ഗാന്ധിയൻ തത്ത്വസംഹിതകളിൽ ആകൃഷ്ടനായ അദ്ദേഹം ഗാന്ധിജിയെപ്പറ്റി മനോഹ

രമായ കുറെ കവിതകൾ രചിച്ചിട്ടുണ്ട്. കുട്ടികൾക്കുവേണ്ടി എഴുതിയ 'ആരമ്മേ ഗാന്ധി?' എന്ന കവിത ഏറെ പ്രശസ്തമാണ്.

മലയാളം, സംസ്കൃതം, ഹിന്ദി, തമിഴ് ഭാഷകളിൽ നല്ല പാണ്ഡിത്യം നേടിയ അദ്ദേഹം ഹിന്ദിയിൽനിന്നും തമിഴിൽ നിന്നും പല പ്രശസ്തകൃതികൾ മലയാളത്തിലേക്ക് വിവർത്തനം ചെയ്തിട്ടുണ്ട്.

കൃതികൾ: *സ്വരാജ്യഗീത*, *മാണിക്യവീണ*, *വെള്ളിത്താലം*, *മണിവിളക്ക്*, *സ്വർണ്ണസന്ധ്യ*, *തീർത്ഥധാര*, *അമ്മ*, *അമൃതാഭിഷേകം*, *പൊന്നമ്പലമേട്*, *മാനസപുത്രി*, *സരോവരം*, *കദളീവനം*, *കാമസുരഭി* തുടങ്ങിയ കവിതാസമാഹാരങ്ങൾ, *കൈരളീകോശം*, *തിരുക്കുറൽ*, *ഭാരതിയുടെ കവിതകൾ*, *തുളസീദാസരാമായണം* (വിവർത്തനം), *ആത്മരേഖ* (ആത്മകഥ), *കഥാനക്ഷത്രങ്ങൾ*, *ജാതകകഥകൾ*, *തച്ചോളി ഒതേനൻ* (കഥകൾ), *കാളിദാസന്റെ കണ്മണി*, *പ്രിയംവദ*, *ഭർത്തൃപരിത്യക്തയായ ശകുന്തള* (നാടകങ്ങൾ) തുടങ്ങിയവയാണ് പ്രധാനകൃതികൾ.

*തുളസീരാമായണ*ത്തിന്റെ വിവർത്തനത്തിന് ഓടക്കുഴൽ സമ്മാനം, ദേവസ്വം ബോർഡിന്റെ കലാരത്നം പുരസ്കാരം തുടങ്ങിയവയും *മാണിക്യവീണ*യ്ക്ക് കേരള സാഹിത്യഅക്കാദമി അവാർഡും അദ്ദേഹത്തിന് ലഭിച്ചിട്ടുണ്ട്.

1980 ആഗസ്ത് 29 ന് മഹാകവി വെണ്ണിക്കുളം നിര്യാതനായി.

17

പി കുഞ്ഞിരാമൻനായർ

പൂനിലാച്ചന്ദനച്ചാറുപൂശി
സൂര്യപ്രകാശപ്രസാദമേശി
വിണ്ണിൽ തലപൊക്കി നില്ക്കുന്നു നീ
എല്ലാം കൊടുത്തു മുടിഞ്ഞമാവേ.
നേടിയതൊക്കെയും എണ്ണിക്കെട്ടി
പ്പൂട്ടിവെക്കുന്ന പിലാവുകളും
അള്ളിപ്പിടിച്ചു പുറത്തു കാട്ടാ-
തുള്ളിലൊതുക്കും കവുങ്ങുകളും
പച്ചരത്നങ്ങൾ കുലകുലയായ്
സൂക്ഷിച്ചുപോരുന്ന തെങ്ങുകളും
നാമ്പുകളൊക്കെയും സ്വർണ്ണമായി
മാറ്റിവെക്കും കണിക്കൊന്നകളും
ചുറ്റും നിന്നുറ്റു നോക്കുന്നു നിന്റെ
അമ്പരപ്പിക്കുന്ന ധാരാളിത്തം.
വൻചതിപ്പോരിൽ ജയിച്ചുമാറ്റാൻ
നിൻചതുരംഗക്കരുക്കൾ പോയീ-
കോട്ടമറ്റൊന്നും തുറന്നിട്ടതാം
ഊട്ടുപുരവാതിൽ പൂട്ടിപ്പോയി-

നാലുകെട്ടാകെത്തകർന്നു മച്ചിൽ
പൂത്തിരിയെണ്ണ വിളക്കില്ലെ; നാൽ
വിണ്ണിൽ തലപൊക്കി നില്ക്കുന്നു നീ
എല്ലാം കൊടുത്തു മുടിഞ്ഞമാവേ.

മഹാകവി പി കുഞ്ഞിരാമൻ നായരുടെ 'കൊടുത്തുമുടിഞ്ഞ മാവ്' എന്ന കവിതയിലെ ആദ്യത്തെ കുറെ വരികളാണ് മേൽ ഉദ്ധരിച്ചത്. ഭിക്ഷയല്ല, ദാനമാണ് സ്നേഹമെന്നും, വാരിക്കൂട്ടലല്ല, എല്ലാം സമർപ്പിക്കലാണ് പ്രഭുത്വമെന്നും പിടിച്ചെടുക്കലല്ല, കൊടുത്തു മുടിയലാണ് മനുഷ്യത്വമെന്നും നമ്മുടെ ചുറ്റുപാടുമുള്ള വൃക്ഷങ്ങളെ പ്രതീകങ്ങളാക്കി കവി സമർത്ഥിക്കുന്നു. സാക്ഷാൽ ഭാരതത്തിന്റെ സന്ദേശം ഒരു ശിബി യാവുക; ഒരു രന്തിദേവനാകുക എന്നതത്രേ ഈ കവിതയുടെ ഉദ്ബോധനം.

കവിതാരചന ജീവിതത്തിന്റെ ഭാഗമാക്കി മാറ്റിയ മഹാകവി പി കുഞ്ഞിരാമൻ നായരെ 'പി' എന്ന ചുരുക്കപ്പേരിലാണ് മലയാളികൾ ഓർക്കുന്നത്. കവി, ഗദ്യകാരൻ, നാടകരചയിതാവ്, പ്രബന്ധകാരൻ എന്നീ നിലകളിൽ കേരളത്തിൽ ഏറെ പ്രശസ്തനായിരുന്നു അദ്ദേഹം. ഒരു നിത്യസഞ്ചാരി എന്ന നിലയിൽ കന്യാകുമാരി മുതൽ ഹിമാലയം വരെ യാത്ര ചെയ്തിട്ടുള്ള അപൂർവ്വം കവികളിൽ ഒരാളായിരുന്നു അദ്ദേഹം. ഗാന്ധിയനും, ദേശീയ സ്വാതന്ത്ര്യസമരത്തിലെ ഒരു പോരാളി യുമായിരുന്ന മഹാകവി പി അക്ഷരാർത്ഥത്തിൽത്തന്നെ ഒരു ഭാരതീയനത്രേ.

കവിതയെ സ്നേഹിക്കുകയും കവിതാരചന ഒരു ദൈനംദിന ജീവിതകർമ്മമാക്കി മാറ്റുകയും ചെയ്ത അദ്ദേഹം കേരളത്തിന്റെ പ്രകൃതിഭംഗിയെയും പൗരാണിക മഹത്വത്തെയും പറ്റി എത്രയോ കവിതകളാണ് രചിച്ചിട്ടുള്ളത്. ഗദ്യകാരൻ എന്ന നിലയിൽ കവിതപോലെ മനോഹരവും ലാളിത്യവും നിറഞ്ഞതായിരുന്നു അദ്ദേഹത്തിന്റെ രചനകൾ.

1906 ഒക്ടോബർ 26 ന് (1082 തുലാം 9) കാസർഗോഡ് ജില്ലയിലെ മാറിയാൽ അജാനൂർ ഗ്രാമത്തിലാണ് അദ്ദേഹം ജനിച്ചത്. പുറവങ്കര കുഞ്ഞമ്പുനായരും കുഞ്ഞമ്മയമ്മയുമാ

യിരുന്നു മാതാപിതാക്കൾ. ചെറുപ്പത്തിൽതന്നെ സംസ്കൃത പഠനം ആരംഭിച്ചു. തുടർന്ന് അദ്ധ്യാപകനായി ജീവിതമാരംഭിച്ചു. കൂടാളി സ്കൂൾ, കൊല്ലങ്കോട് രാജാസ് ഹൈസ്കൂൾ എന്നിവിടങ്ങളിൽ സേവനമനുഷ്ഠിച്ചിട്ടുണ്ട്. സഞ്ചാരവും ക്ഷേത്രദർശനവും ജീവിതത്തിന്റെ ഭാഗമാക്കിമാറ്റി.

കൃതികൾ: *കളിയച്ഛൻ*, *പൂക്കളം*, *താമരത്തോണി*, *രഥോത്സവം*, *അനന്തൻകാട്ടിൽ*, *ഭദ്രദീപം*, *പി യുടെ കവിതകൾ* (2 ഭാഗം) തുടങ്ങി എഴുപതോളം കൃതികൾ പ്രസിദ്ധീകരിച്ചിട്ടുണ്ട്. *എന്നെ തിരയുന്ന ഞാൻ*, *നിത്യകന്യകയെത്തേടി*, *കവിയുടെ കാല്പാടുകൾ* എന്നിവ ആത്മകഥകളാണ്. *ഉപാസന*, *പൂനിലാവ്* (നാടകങ്ങൾ), *അമരസിംഹൻ*, *ചന്ദ്രമണ്ഡലം*, *ഭീഷ്മർ* (വിവർത്തനം) എന്നിവയാണ് മറ്റു ചില കൃതികൾ. *കളിയച്ഛന്* കേരളസാഹിത്യഅക്കാദമി അവാർഡും *താമരത്തോണിക്ക്* കേന്ദ്രസാഹിത്യഅക്കാദമി അവാർഡും ലഭിച്ചിട്ടുണ്ട്.

1978 മെയ് 27 ന് മഹാകവി പി തിരുവനന്തപുരത്തുവച്ച് നിര്യാതനായി.

18

ഇടശ്ശേരി ഗോവിന്ദൻനായർ

വിത്തു വിതച്ചോൻ കാണട്ടെ, വിള
കൊയ്ത്തു നടത്തീ ജന്മിത്വം,
ഒരുപിടിക്കൊള്ളക്കാർ കരുതിവെച്ചുള്ളതാ-
മധികാരത്തിന്റെ തണൽപറ്റി.
വെക്കുവാനില്ലാത്ത പുത്തൻകലത്തിനു
ചുറ്റും നിരന്നിതരിവാൾകൾ
അധികാരത്തിന്മേലിട്ടൂട്ടിപ്പുതുക്കാതെ
കൊയ്ത്തിനു തകരാത്തരിവാൾകൾ,
ദയനീയം, കർഷകൻ വിളയിച്ച കണ്ടത്തിൽ
നിയമം നടത്തുന്നു കയ്യേറ്റം!
അക്രമത്തിന്നെഴും പ്രത്യാഘാതങ്ങ-
ളുൽഗമിക്കുന്നീ വരമ്പിന്മേൽ.
പുത്തൻ കലവുമരിവാളും കല-
ർന്നൊത്തിടി വെട്ടി വരമ്പിന്മേൽ!
"അധികാരം കൊയ്യണമാദ്യം നാം
അതിനുമേലാകട്ടെ പൊന്നാര്യൻ!"
അവരുടെ കണ്ഠം പരത്തുന്നു-
ണ്ടാകാശങ്ങളിലീ മന്ത്രം;

"അധികാരംകൊയ്യണമാദ്യം നാം
അതിനുമേലാകട്ടെ പൊന്നാര്യൻ!"

ഇടശ്ശേരി ഗോവിന്ദൻനായരുടെ പുത്തൻ കലവും അരിവാളും എന്ന കവിതയിലെ അവസാനഭാഗത്തെ ചിലവരികളാണ് മേൽ ഉദ്ധരിച്ചത്. കർഷകൻ അദ്ധ്വാനിച്ച് ഉല്പാദിപ്പിക്കുന്ന ഫലം മെയ്യനങ്ങാത്ത ജന്മി തട്ടിയെടുക്കുന്നതിനോടുള്ള കടുത്ത അമർഷമാണ് ഈ വരികളിലൂടെ കവി ആവിഷ്കരിക്കുന്നത്.

ചങ്ങമ്പുഴയുടെ 'വാഴക്കുല' എന്ന കാവ്യത്തിലും ഇതേ പ്രമേയംതന്നെ ആവിഷ്കരിച്ചിട്ടുള്ളതായി നമുക്ക് കാണുവാൻ കഴിയും. അദ്ധ്വാനിക്കാത്ത മേലാളന്മാരുടെ നിയമസംഹിതകളുടെ മേൽ കവി ചൊരിയുന്ന ശക്തമായ പ്രതികരണം കൂടിയാണ് ഈ കവിതകൾ.

ശക്തിയുടെ കവിയെന്നു വിശേഷിപ്പിക്കപ്പെട്ട ഇടശ്ശേരി ഗോവിന്ദൻ നായർ ഒരു കവിയെന്നതിനുപരി ഒരു ഗാന്ധിയനും, സ്വാതന്ത്ര്യസമരപോരാളിയുമായിരുന്നു. വക്കീൽ ഗുമസ്തനായി ദീർഘകാലം പ്രവർത്തിച്ച അദ്ദേഹം കേരളത്തിന്റെ കാർഷിക സംസ്കൃതിയുടെയും നാടൻപാട്ടുകളുടെയും ഈണവും സ്പർശവും തന്റെ കവിതകളിൽ സന്നിവേശിപ്പിച്ചു.

1906 ഡിസംബർ 23 ന് മലപ്പുറം ജില്ലയിലെ കുറ്റിപ്പുറത്താണ് ഗോവിന്ദൻനായർ ജനിച്ചത്. പാവപ്പെട്ട ഒരു കുടുംബത്തിൽ ജനിച്ചതിനാൽ വിദ്യാഭ്യാസംപോലും യഥാസമയം പൂർത്തിയാക്കാനായില്ല. പി കൃഷ്ണക്കുറുപ്പും കുഞ്ഞിക്കുട്ടിയമ്മയുമായിരുന്നു അച്ഛനമ്മമാർ. ചെറുപ്പത്തിൽത്തന്നെ അച്ഛൻ മരണമടഞ്ഞതിനാൽ വിദ്യാഭ്യാസം തുടരാനുമായില്ല. കുടുംബം പുലർത്തുന്നതിനുവേണ്ടി അവസാനം ഗുമസ്ത പ്പണി പഠിക്കുവാൻ ചേർന്നു. പരിശീലനം തീർന്നതോടെ ആ തൊഴിൽ തന്റെ ജീവിതമാർഗ്ഗമായി സ്വീകരിക്കുകയും ചെയ്തു.

ചെറുപ്പത്തിൽത്തന്നെ കവിതയിൽ ശ്രദ്ധാലുവായി. അമ്മയുടെ പുരാണപാരായണവും ജ്യേഷ്ഠത്തിയുടെ പുരാണകഥാ കഥനവും തന്റെ സാഹിത്യവാസനയെ വളർത്തിയിട്ടുണ്ടെന്ന് കവി സമ്മതിക്കുന്നു. പന്ത്രണ്ടാം വയസ്സിലാണ് ആദ്യകവിത രചിച്ചത്.

കവിയെന്ന നിലയിൽ ഇടശ്ശേരി പെട്ടെന്നുതന്നെ ശ്രദ്ധേയനായി. 'പൂതപ്പാട്ട്, പുത്തൻകലവും അരിവാളും, കുറ്റിപ്പുറം പാലം' എന്നീ കവിതകൾ സഹൃദയരെ ഏറെ ആകർഷിച്ച കവിതകളിൽ ചിലതാണ്.

കൃതികൾ: *അളകാവലി, ലഘുഗാനങ്ങൾ, കാവിലെ പാട്ട്, കറുത്ത ചെട്ടിച്ചികൾ, പുത്തൻകലവും അരിവാളും, തത്ത്വശാസ്ത്രങ്ങൾ ഉറങ്ങുമ്പോൾ, കുങ്കുമപ്രഭാതം, ഒരു പിടി നെല്ലിക്ക, അന്തിത്തിരി* എന്നിവയാണ് ഇടശ്ശേരിയുടെ പ്രധാന കവിതാസമാഹാരങ്ങൾ. *നൂലാമാല, കൂട്ടുകൃഷി, കളിയും ചിരിയും, എണ്ണിച്ചുട്ട അപ്പം, ചാലിയത്തി, തൊടിയിൽ പടരാത്ത മുല്ല* (നാടകങ്ങൾ).

"കുഴിവെട്ടി മൂടുക വേദനകൾ, കുതികൊൾക ശക്തിയിലേക്കുനമ്മൾ" എന്ന് പ്രഖ്യാപിച്ച കവിയെ ശക്തിയുടെ കവി എന്നാണ് സഹൃദയർ വിലയിരുത്താറുള്ളത്.

കൂട്ടുകൃഷി, പുത്തൻകലവും അരിവാളും എന്നീ കൃതികൾക്ക് മദിരാശിസർക്കാരിന്റെ സമ്മാനവും *ഒരുപിടി നെല്ലിക്ക* എന്ന കാവ്യകൃതിക്ക് കേരള സാഹിത്യ അക്കാദമി അവാർഡും, *കാവിലെ പാട്ടിന്* കേന്ദ്ര സാഹിത്യ അക്കാദമി അവാർഡും അദ്ദേഹത്തിന് ലഭിച്ചിട്ടുണ്ട്.

1974 ഒക്ടോബർ 16 ന് ഇടശ്ശേരി നിര്യാതനായി.

19

ബാലാമണിയമ്മ

എൻമടിത്തട്ടിലിരുന്നു നീയോമനേ,
നിൻമുഖമീ നെഞ്ചിൽച്ചേർത്തു വെക്കേ,
വിദ്യുൽപ്രകാശംപോലെന്നിൽപ്പരക്കുന്നൂ
വിസ്മൃതപ്രായമോരത്യാനന്ദം.
മങ്ങുമിക്കണ്ണുനിൻപൊന്നൊളിമേനിയിൽ
ത്തങ്ങിയേ നില്ക്കുന്നു നിർന്നിമേഷം
ഏറെത്തെളിയുമെന്നുൾക്കണ്ണിൻ മുന്നിലോ
വേറെത്തളിർ മെയ്കൾ സഞ്ചരിപ്പൂ.
നീവരും മുൻപ്, അതിന്നെത്രയോ മുൻപെന്റെ
ജീവിതം പൂത്തു തളിർത്തനാളിൽ,
ആ വസന്തത്തിന്റെയാത്മാവെത്തങ്ങളി-
ലാവില്കരിച്ചവരെന്റെ മക്കൾ.
ഇന്നുമിച്ചുങ്ങിയ തോലിന്നുമിക്കിളി
തന്നിടും മാതൃത്വലാളിത്യത്തെ
സ്പർശമാത്രത്താലുണർത്തിയ സുപ്രിയ-
ദർശനർ; — കാൺകയാം ഞാനവരെ
നൽക്കളിക്കോപ്പുനുറുങ്ങുകൾ, ബുദ്ധിതൻ
പൊക്കമളന്നിട്ട കൈപ്പടകൾ,

അമ്മയ്ക്കിവയെത്താൻ ലാളിക്കാനേകി,യി
ക്കർമ്മക്കളിമുറ്റം പൂകിയോരെ!

മാതൃത്വത്തിന്റെ കവി എന്ന് വിശേഷിപ്പിക്കപ്പെടുന്ന ബാലാമണിയമ്മയുടെ *നിവേദ്യം* എന്ന കവിതാസമാഹാരത്തിലെ 'മുത്തശ്ശി' എന്ന കവിതയിൽനിന്നുള്ള ചില വരികളാണിത്. തന്റെ മടിത്തട്ടിലിരിക്കുന്ന പേരക്കുട്ടിയെ ലാളിക്കുന്ന ഒരു മുത്തശ്ശിയുടെ വിചാരവികാരങ്ങളാണ് ഈ കവിതയുടെ ഇതിവൃത്തം. തന്റെ മക്കൾ പിറന്നു വീണപ്പോഴുണ്ടായ മാതൃസ്നേഹവും വാത്സല്യവും, ഇന്ന് അവരുടെ പേരക്കുട്ടിയെ മടിയിലിരുത്തി ലാളിക്കുമ്പോൾ ഒരു മുത്തശ്ശിയുടെ മനസ്സിൽ വിരിയുന്ന പോയകാലത്തിന്റെ ഒളിമങ്ങാത്ത വർണ്ണചിത്രങ്ങളെ കാവ്യാത്മകമായിത്തന്നെ കവയിത്രി ഇതിൽ അവതരിപ്പിച്ചിരിക്കുന്നു.

സ്ത്രീകൾ മലയാളസാഹിത്യ രംഗത്ത് അധികമായി കടന്നു വരാത്ത ഒരു കാലത്ത്, സ്വന്തം കവിതകളിലൂടെ അനുവാചക ശ്രദ്ധ ആകർഷിച്ച മഹതിയാണ് ബാലാമണിയമ്മ. പ്രസിദ്ധകവി നാലപ്പാട്ടു നാരായണമേനോന്റെ ഭാഗിനേയിയായ അവർ പാരമ്പര്യമായിത്തന്നെ കവിത്വസിദ്ധിയുള്ള ഒരു മഹതിയായിരുന്നു. മാതൃഭാവത്തിന്റെ ഉദാത്തമായ ചിത്രങ്ങൾ അവരുടെ കവിതകളിൽ തെളിഞ്ഞു കാണുകയും ചെയ്തു. നിത്യപ്രാർത്ഥനപോലെതന്നെ കവിതാരചനയും ഒരു പാവനകർമ്മമായി കരുതിയിരുന്ന ആ മഹതി, വളരെ പെട്ടെന്നുതന്നെ തന്റെ കവിതകളിലൂടെ സാഹിത്യലോകത്ത് ശ്രദ്ധേയയായി.

1909 ജൂലൈ 19 ന് തൃശൂരിലെ പുന്നയൂർക്കുളത്ത്, പ്രശസ്തമായ നാലപ്പാട്ടുതറവാട്ടിലാണ് ബാലാമണിയമ്മയുടെ ജനനം. ചിറ്റഞ്ഞൂർ കോവിലകത്ത് കുഞ്ഞുണ്ണിരാജയും നാലപ്പാട്ട് കൊച്ചുകുട്ടിയമ്മയുമായിരുന്നു അച്ഛനമ്മമാർ. സ്വഭവനത്തിലിരുന്ന് സംസ്കൃതവും ഇംഗ്ലീഷും അഭ്യസിച്ചതല്ലാതെ, ഔപചാരികവിദ്യാഭ്യാസമൊന്നും അവർ നേടിയിരുന്നില്ല. ഗാന്ധിജിയെ ഗുരുനാഥനെപ്പോലെ ആരാധിക്കുകയും ഖദർ വസ്ത്രം മാത്രം അണിയുകയുംചെയ്ത ആ അമ്മ, ജീവിതത്തിലുടനീളം ലളിതജീവിതമാണ് നയിച്ചിരുന്നത്. പ്രശസ്ത

പത്രപ്രവർത്തകനായിരുന്ന വി എം നായരായിരുന്നു ഭർത്താവ്. പ്രസിദ്ധ സാഹിത്യകാരി മാധവിക്കുട്ടി (കമലാസുരയ്യ), ഡോ. സുലോചന, സുവർണ്ണ നാലപ്പാട്ട് എന്നിവർ മക്കളാണ്.

മഹാകവി വള്ളത്തോളിന്റെ പ്രോത്സാഹനം ചെറുപ്പത്തിൽ തന്നെ സിദ്ധിച്ച ആ മഹതിയുടെ കവിതകൾ അനുവാചകരുടെ മനസ്സിൽനിന്ന് അശാന്തി അകറ്റുന്ന സാന്ത്വനസ്പർശമായി വിലയിരുത്തപ്പെട്ടിരുന്നു.

കവിതാരചനയ്ക്ക് കൊച്ചി മഹാരാജാവിന്റെ സാഹിത്യനിപുണ ബഹുമതി ലഭിച്ചത് കവയിത്രിക്ക് ഏറെ പ്രോത്സാഹനമായി. കേരള സാഹിത്യഅക്കാദമി അവാർഡ്, ലളിതാംബിക അന്തർജ്ജനം സാഹിത്യ പുരസ്കാരം, സരസ്വതി സമ്മാൻ എന്നിവയും ആ മഹതിക്ക് ലഭിക്കുകയുണ്ടായി. 1987 ൽ ഭാരതസർക്കാർ പത്മഭൂഷൺ ബഹുമതി നല്കി അവരെ ആദരിച്ചു.

കൃതികൾ: *കൂപ്പുകൈ, അമ്മ, കുടുംബിനി, ധർമ്മമാർഗ്ഗത്തിൽ, സ്ത്രീഹൃദയം, ഭാവനയിൽ, പ്രഭാങ്കുരം, അവർ പാടുന്നു. ഊഞ്ഞാലിന്മേൽ, കളിക്കൊട്ട, പ്രണാമം, ലോകാന്തരങ്ങളിൽ, സോപാനം, മുത്തശ്ശി, അമ്പലത്തിൽ, മഴുവിന്റെ കഥ, നഗരത്തിൽ, വെയിലാറുമ്പോൾ, നിവേദ്യം* തുടങ്ങിയവയാണ് ബാലാമണിയമ്മയുടെ പ്രധാനകൃതികൾ.

2004 സെപ്തംബർ 29 ന് ബാലാമണിയമ്മ നിര്യാതയായി.

20

നാലാങ്കൽ കൃഷ്ണപിള്ള

വിത്തഭ്രമമല്ലീ, സർവ്വവിപത്തിനും
വിത്തുപാകുന്നൂ, ജഗത്തിൽ.
എത്ര സമ്പത്തു പരിഗ്രഹിച്ചീടിലും
ചിത്തത്തിനില്ല സംതൃപ്തി.
പത്തനമാകുവാൻ സ്വപ്നങ്ങൾ നെയ്യുന്നു
കൊച്ചുപുരകൾ തന്നുള്ളം
ശമ്പളമെത്രമേൽക്കൂടിയാലും, ശരി
തുമ്പികൾക്കെന്നുമതൃപ്തി.
വീട്ടമ്മമാർക്കു പരാതികൾ തീരില്ല
കൂട്ടിനുണ്ടെങ്കിലും ലക്ഷ്മി
ലക്ഷക്കണക്കിനു ബാങ്കിലുറുപ്പിക
നിക്ഷേപിച്ചാലും, ധനദർ
നിന്ദ്യകർമ്മങ്ങൾ നടത്തുന്നു, തന്മുതൽ
നിർണ്ണായകശക്തിയാവാൻ
ദാഹംകെടുത്താം ജലാചമനത്തിനാൽ,
മോഹമുണ്ടോ നിലയ്ക്കുന്നൂ?
ഏതുപാപത്തിനും കൂട്ടുനിന്നീടുന്നു
യാതുധാനന്മാരെപ്പോലെ

സംസാരിയാംനര, നന്തഃകരണത്തിൽ
സംശുദ്ധിതൻ വിളക്കില്ല.
കോഴവാങ്ങാൻ, കള്ളച്ചാരായം വാറ്റുവാൻ
കോടീശ്വരന്മാരുപോലും
മുണ്ടുംപുതച്ചു, മുഖാവരണം ചാർത്തി
താണ്ടുന്നു, കുണ്ടുംകുഴിയും.

നാലാങ്കൽ കൃഷ്ണപിള്ളയുടെ *അകന്നുപോയ നിലാവുകൾ* എന്ന കവിതാസമാഹാരത്തിലെ 'തൃഷ്ണ' എന്ന കവിതയിൽ നിന്നുള്ള കുറെ വരികളാണ് ഇവിടെ ഉദ്ധരിച്ചത്. ഏകദേശം മൂന്നു പതിറ്റാണ്ടിനുമുമ്പ് അദ്ദേഹം രചിച്ച ഈ കവിതയുടെ ആശയം ഇക്കാലത്തും എത്ര അന്വർത്ഥമായിരിക്കുന്നു എന്ന് കവിതയിലൂടെ കണ്ണോടിച്ചാൽ ആർക്കും ബോദ്ധ്യമാവും.

ഉള്ളിൽ കൃഷ്ണതുളസിയുടെ വിശുദ്ധിയും പരിമളവും ഹരിതാഭയും കാത്തുസൂക്ഷിക്കുന്ന നാലാങ്കൽ എന്ന കവി, മർത്ത്യവംശത്തിന്റെ നിലനില്പിനാവശ്യമായ സ്നേഹത്തിന്റെ ജീവവാതകം പ്രസരിപ്പിക്കുകയാണ് ഈ കവിതാസമാഹാരത്തിലൂടെ ചെയ്യുന്നതെന്ന് അവതാരികയിൽ ഡോ. എം ലീലാവതി പ്രസ്താവിക്കുന്നു. ഈ കവിതയിലൂടെ കടന്നുപോകുമ്പോൾ ഇത് വർത്തമാനകാലത്തെ മനുഷ്യരുടെ ജീവിതവ്യാപാരങ്ങളാണെന്ന് തോന്നുക സ്വാഭാവികംതന്നെ. കവി, കാലാതിവർത്തിയായിത്തന്നെ പരമാർത്ഥങ്ങൾ വിളിച്ചു പറയുന്നു എന്ന് നാം സമ്മതിക്കാതിരിക്കില്ല. മനുഷ്യന്റെ ധനത്തോടുള്ള ഒടുങ്ങാത്ത ആർത്തിയാണ് ഇന്നത്തെ എല്ലാ ദുര്യോഗങ്ങൾക്കും മൂലഹേതുവെന്ന് നാം ഒരു ഞെട്ടലോടെ ഓർക്കുകയും ചെയ്യും.

ലക്ഷണമൊത്ത മനോഹരകവിതകൾ കൈരളിക്കു സംഭാവനചെയ്ത, കഴിഞ്ഞ തലമുറയിലെ പ്രാമാണികനായ കവിയായിരുന്നു നാലാങ്കൽ കൃഷ്ണപിള്ള. പുരാണഗ്രന്ഥങ്ങളുമായുള്ള സാമീപ്യവും, സംസ്കൃതഭാഷയിലുള്ള പാണ്ഡിത്യവുംകൊണ്ട് ഉൾക്കാമ്പുള്ള കലാസൃഷ്ടികൾ അദ്ദേഹത്തിന് രചിക്കാനായി. കവിതകൂടാതെ പ്രബന്ധങ്ങൾ, ജീവചരിത്രം, വിജ്ഞാനസാഹിത്യം എന്നീ വിഭാഗങ്ങളിലായി രണ്ടു ഡസനിലേറെ കൃതികൾ അദ്ദേഹം പ്രസിദ്ധീകരിച്ചിട്ടുണ്ട്.

'മഹാക്ഷേത്രങ്ങൾക്കു മുമ്പിൽ' എന്ന അദ്ദേഹത്തിന്റെ ബൃഹത്ഗ്രന്ഥം കേരളത്തിലെ മഹാക്ഷേത്രങ്ങളെപ്പറ്റിയുള്ള ആധികാരിക വിവരങ്ങൾ അടങ്ങിയ നല്ലൊരു ചരിത്ര ഗവേഷണ ഗ്രന്ഥമാണ്.

1910 സെപ്തംബർ 30 ന് കോട്ടയത്ത് ഒളശ്ശയിലുള്ള നാലാങ്കൽ തറവാട്ടിലാണ് കൃഷ്ണപിള്ളയുടെ ജനനം. അച്ഛൻ കേശവപിള്ള, അമ്മ ജാനകിക്കുട്ടിയമ്മ.

പ്രാഥമിക വിദ്യാഭ്യാസത്തിനുശേഷം, ബിരുദാനന്തര ബിരുദം നേടി അദ്ധ്യാപകനായി ജീവിതമാരംഭിച്ചു. സ്കൂൾ അദ്ധ്യാപകൻ, കോളേജ് അദ്ധ്യാപകൻ, വിദ്യാഭ്യാസ ഡെപ്യൂട്ടി ഡയറക്ടർ എന്നീ നിലകളിൽ അദ്ദേഹം സേവനം അനുഷ്ഠിച്ചിട്ടുണ്ട്.

കൃതികൾ: *രാഗതരംഗം, ശോകമുദ്രാരത്നകങ്കണം, വസന്തകാന്തി, ആമ്പൽപ്പൊയ്ക, പൂക്കൂട, പ്രിയദർശിനി, സൗഗന്ധികം, ഡിസംബറിലെ മഞ്ഞുതുള്ളികൾ, സിന്ദൂരരേഖ, കൃഷ്ണതുളസി, അകന്നുപോയ നിലാവുകൾ* (കവിതകൾ), *ലോകചരിത്രസംഗ്രഹം* (3 ഭാഗം), *ഇന്ത്യാചരിത്രം. സർദാർ പട്ടേൽ, പണ്ഡിറ്റ് നെഹ്റു, സ്റ്റാലിൻ* (ജീവചരിത്രം), *മഹാക്ഷേത്രങ്ങൾക്കു മുമ്പിൽ* (2 ഭാഗം)

1991 ജൂലൈ 2 ന് നാലാങ്കൽ കൃഷ്ണപിള്ള നിര്യാതനായി.

21

വൈലോപ്പിള്ളി ശ്രീധരമേനോൻ

പണ്ടു പുഞ്ചയിൽ നെല്ലോ-
ടൊന്നിച്ചു നെല്ലിപ്പൂവിൻ
തണ്ടുപോൽ ചുറ്റിക്കേറി-
പ്പൂവിട്ടു നാടൻ പാട്ടും.
പുതുവർഷത്തിൽ പച്ച-
ഞാറുകൾ നടുമ്പോൾ, പൊൻ-
കതിർ കൊയ്തെടുക്കുമ്പോൾ,
കറ്റകൾ മെതിക്കുമ്പോൾ
ചെറുമിപ്പെൺതൈകൾതൻ
പ്രാകൃതകണ്ഠം വിട്ടു
ചെറുതേനരുവിപോൽ
ചോരുമഗ്ഗാനാലാപം
വീരവും വിഷാദവും
കലർന്ന പുരാതന-
കേരളനാട്ടിൻ കഥാ-
സൗരഭം പകർന്നെത്തി
എന്നെ നിർവൃതികൊള്ളി-
ച്ചുള്ളതു നിനയ്ക്കുന്നേൻ

അന്യമാം ശീലിന്നൊന്നും
കഴിയാത്തൊരുമട്ടിൽ.
* * * *
നാളെയോ യന്ത്രം വിത്തു
വിതയ്ക്കും, യന്ത്രം കൊയ്യും,
നീളവേ യന്ത്രം കറ്റ
മെതിക്കും യന്ത്രം ചേറും.
മനുജശ്രമം ലഘുതരമാ-
മതു പിന്നെ
മധുരിപ്പിക്കാൻ ലഘു-
ഗാനമെന്തിനു വേണം?
കൃത്രിമവളം നൂറു
മേനി നല്കിടാം, മർത്ത്യ-
വൃത്തിലെപ്പശിമാറ്റാ-
നെന്തന്ന്, യന്ത്രപ്പാട്ടോ?

വൈലോപ്പിള്ളി ശ്രീധരമേനോന്റെ *വിട* എന്ന കവിതാസമാഹാരത്തിലെ 'കൃഷിപ്പാട്ട്' എന്ന കവിതയിലെ ചില വരികളാണ് ഇവിടെ ഉദ്ധരിച്ചത്. യന്ത്രവല്ക്കരണംകൊണ്ട് കൃഷിയും വിളകളും വർദ്ധിപ്പിക്കാമെങ്കിലും, അനിവാര്യമായ അന്തിമ വിനാശത്തെപ്പറ്റി കവി ബോധവാനാണെന്ന് ഈ കവിത പ്രഖ്യാപിക്കുന്നു. 48 വർഷങ്ങൾക്കുമുമ്പ് 1966 ൽ രചിച്ച ഈ കവിത, നാമിപ്പോൾ കാർഷികരംഗത്തു കാണുകയും കേൾക്കുകയും ചെയ്യുന്ന യാഥാർത്ഥ്യങ്ങളെ അന്നേ വിശകലനം ചെയ്യുന്നു. ഭാവിയിലെ കേരളത്തിന്റെ കാർഷികസംസ്കൃതിയിലേക്ക് അദ്ദേഹം അന്നേ വിരൽ ചൂണ്ടിയിരിക്കുന്നു എന്നതാണ് ഈ കവിതയുടെ സവിശേഷത. "മലയാളകവിതയിലൊരു യുഗപരിവർത്തനത്തിന്റെ ഹരിശ്രീയായ കവിനാദങ്ങളിൽ ശ്രീ തന്നെയാണദ്ദേഹം." (വൈലോപ്പിള്ളി ശ്രീധരമേനോനെ 'ശ്രീ' എന്നു വിളിക്കുക പതിവാണ്). ഡോ. എം ലീലാവതി *വിട* എന്ന കൃതിയുടെ അവതാരികയിൽ ചൂണ്ടിക്കാട്ടിയ വസ്തുതയാണിത്.

വൈലോപ്പിള്ളിയുടെ 'മാമ്പഴ'വും, കാക്കയെ 'കൂരിരുട്ടിന്റെ

കിടാത്തി' എന്ന് വിശേഷിപ്പിച്ചതും മറ്റും മലയാളികൾ എത്രയോ മുമ്പുതന്നെ സ്വീകരിച്ചവയാണ്.

തന്റെ കാവ്യാനുഭൂതികളെ ശക്തമായി ആവിഷ്കരിച്ചു ഫലിപ്പിക്കാൻ അസാധാരണ കഴിവുകാട്ടിയ മഹാനായ കവിയായിരുന്നു വൈലോപ്പിള്ളി. ശാസ്ത്രാദ്ധ്യാപകനായിരുന്ന അദ്ദേഹം, തന്റെ രക്തത്തിൽ അലിഞ്ഞുചേർന്നിരുന്ന ശാസ്ത്ര നാഗരികതയുടെ അംശങ്ങൾ ഫലപ്രദമായി ഉപയോഗിക്കുകയും ചെയ്തിരുന്നു. കവിതയിൽ തന്നെ മുലപ്പാലൂട്ടിയത്, വടക്കൻ പാട്ടുകളാണെന്ന് അദ്ദേഹം പറഞ്ഞിട്ടുണ്ട്. ശാസ്ത്ര സംസ്കാരത്തെ, പാരമ്പര്യത്തിന്റെ ഉത്തമാംശങ്ങളോട് സമന്വയിപ്പിക്കാനുള്ള അദ്ദേഹത്തിന്റെ കഴിവാണ് മലയാളത്തിലെ ശക്തനായ ഒരു കവിയായി അദ്ദേഹത്തെ ഉയർത്തിയത്. സഹ്യന്റെ മകൻ, പന്തങ്ങൾ, ആസ്സാം പണിക്കാർ, പടയാളികൾ തുടങ്ങിയ അദ്ദേഹത്തിന്റെ കവിതകൾ ഏറെ ചർച്ചചെയ്യപ്പെട്ടവയുമാണ്.

1911 മെയ് 11 ന് എറണാകുളത്ത് കലൂരിലാണ് വൈലോപ്പിള്ളിൽ ശ്രീധരമേനോന്റെ ജനനം. തറവാട്ടുനാമമാണ് വൈലോപ്പിള്ളിൽ എന്നത്. അച്ഛൻ കൊച്ചുകുട്ടൻ കർത്താവ്, അമ്മ നാണിക്കുട്ടിയമ്മ. ചെറുപ്പത്തിൽതന്നെ കവിതയോടു പ്രതിപത്തി തോന്നിയ അദ്ദേഹം കാളിദാസകവിതകളിൽ ആകൃഷ്ടനായി.

വിദ്യാഭ്യാസാനന്തരം, ഹൈസ്കൂൾ അദ്ധ്യാപകനായി. ഭാനുമതിയമ്മയായിരുന്നു സഹധർമ്മിണി. പില്ക്കാലത്ത് എന്തോ അഭിപ്രായവ്യത്യാസത്തെ തുടർന്ന് അദ്ദേഹം തൃശൂർ ദേവസ്വം ക്വാർട്ടേഴ്സിൽ തനിച്ചാണ് താമസിച്ചിരുന്നത്. അവസാനകാലത്ത് മകൻ ആശുപത്രിയിൽ പ്രവേശിപ്പിക്കുകയും രോഗശുശ്രൂഷകൾ ചെയ്യുകയുമുണ്ടായി.

കൃതികൾ: ആദ്യസമാഹാരമായിരുന്ന *കന്നിക്കൊയ്ത്ത്*. തുടർന്ന് *ശ്രീരേഖ*, *കയ്പവല്ലരി*, *വിത്തും കൈക്കോട്ടും*, *കുടിയൊഴിക്കൽ*, *മകരക്കൊയ്ത്ത്*, *കടൽക്കാക്കകൾ*, *കുരുവികൾ*, *കൃഷ്ണമൃഗങ്ങൾ*, *വിട*, *അന്തിചായുന്നു*, *മുകുളമാല* എന്നീ കവിതാസമാഹാരങ്ങളും പ്രസിദ്ധീകരിച്ചു. കുട്ടികൾക്കുവേണ്ടി *കുന്നിമണികൾ*, *പച്ചക്കുതിര*, *മിന്നാമിന്നി* എന്നീ കവിതാസമാഹാരങ്ങളും പ്രസിദ്ധപ്പെടുത്തി. അദ്ദേഹത്തിന്റെ ആത്മകഥ

യാണ് *കാവ്യലോകസ്മരണകൾ*, *ഋശ്യശൃംഗൻ*, *അലക്സാണ്ടർ* (നാടകങ്ങൾ) എന്നിവയാണ് മറ്റ് കൃതികൾ.

കുടിയൊഴിക്കൽ എന്ന കൃതിക്ക് സോവിയറ്റ്ലാൻഡ് നെഹ്റു അവാർഡും, *കയ്പവല്ലരി*ക്ക് കേരള സാഹിത്യഅക്കാദമി അവാർഡും, *വിട*യ്ക്ക് കേന്ദ്ര സാഹിത്യഅക്കാദമി അവാർഡും, *കന്നിക്കൊയ്ത്തി*ന് മദിരാശി സർക്കാരിന്റെ പുരസ്കാരവും *മകരക്കൊയ്ത്തി*ന് വയലാർ സാഹിത്യഅവാർഡും അദ്ദേഹത്തിന് ലഭിച്ചിട്ടുണ്ട്.

1985 ഡിസംബർ 22 ന് വൈലോപ്പിള്ളി നിര്യാതനായി.

22

പാലാ നാരായണൻനായർ

മണ്ണിനെവിണ്ണാക്കുന്ന മാനുഷപ്രയത്നത്തിൻ
സ്വർണ്ണഭൂഷകൾ മെയ്യിൽ ചാർത്തിയ മലനാടേ,
നിർണ്ണയം നിനക്കൊരു കുങ്കുമപ്പൊട്ടും, നീണ്ട-
വർണ്ണസാരിയും നൽകാൻ വന്നുപോയ് തിരുവോണം.
ലോലമാമോണപ്പൂക്കൾ താഴെയും, നക്ഷത്രങ്ങൾ
നീലവാനിലും നീളെപ്പൂക്കളം ചമയ്ക്കുമ്പോൾ;
കോമളവിഹംഗമകങ്കണക്വാണത്തോടെ-
താമരക്കുട പിടിച്ചെത്തുന്ന ശരല്ക്കാലം-
മാമലത്തടത്തിലും, സാഗരാന്തമായിക്കാണും
മാമരപ്പടർപ്പിലും സസ്മിതം നൃത്തം ചെയ്കേ;
വർഷകേളികൾ കേട്ട ഭാർഗ്ഗവക്ഷേത്രം രോമ-
ഹർഷമായി നില്ക്കും കാഴ്ച നിർവൃതിപ്രദമല്ലേ?

*   *   *   *   *

മംഗളസുഗന്ധവും മന്ദവാതവും ചേർന്ന
രംഗമായ് തരംഗമായി ചിങ്ങമാസവും വന്നു.
തുച്ഛമാം തൃണത്തിന്റെ ചുണ്ടിലും വിരിഞ്ഞല്ലോ
കൊച്ചുകൊച്ചഴകുകൾ ഹൈമനച്ചിമിഴുകൾ.
പച്ചയും ചുമപ്പുമാം കായ്കളാൽ യുവത്വത്തിൻ-
കച്ചകെട്ടുകയാണു കായ്കനിത്തോട്ടങ്ങളും

നെന്മണി പവിഴമായി മാറിയ പാടങ്ങളി-
ലുമ്മ വെച്ചോണത്തുമ്പി തുള്ളിടും ദിനങ്ങളിൽ
*   *   *   *
ഭവനാങ്കണം തോറും പൂക്കാലം ശരല്ക്കാല
പവനൻ തൊടികളിലോണപ്പാട്ടൊഴുക്കുമ്പോൾ;
കുഞ്ഞുങ്ങളൂഞ്ഞാലാടി മാനത്തു പറക്കുമ്പോൾ
മഞ്ജുളകുമാരിമാർ കൈകൊട്ടിക്കളിക്കുമ്പോൾ;
പുഞ്ചിരി തൂകിത്തൃക്കൺ പാർക്കയാണദൃശ്യനായ്
സഞ്ചരിച്ചശരീരി ദിവ്യനാം മഹാബലി!

മലയാളികളുടെ ദേശീയോത്സവമായ ചിങ്ങത്തിലെ തിരുവോണം, മലനാട്ടിലേക്കു കടന്നുവരുന്ന ആ സുന്ദരമുഹൂർത്തത്തെ മനോഹരമായി ആവിഷ്കരിക്കുകയാണ് 'ആവണിപ്പൂനിലാവിൽ' എന്ന കവിതയിലൂടെ മഹാകവി പാലാ നാരായണൻ നായർ. ഓണത്തെ സ്വാഗതം ചെയ്യാൻ പ്രകൃതി അണിഞ്ഞൊരുങ്ങുന്നതിനെപ്പറ്റിയും ഓണത്തെ വരവേല്ക്കാൻ പെൺകൊടിമാരും കുഞ്ഞുങ്ങളും കൈകൊട്ടിപ്പാട്ടും ഊഞ്ഞാലാട്ടവുമായി ആഹ്ലാദത്തിമിർപ്പിൽ ആറാടുന്നതുമെല്ലാം ഒരു വർണ്ണചിത്രത്തിലെന്നപോലെ ആകർഷകമായി കവി ഇവിടെ ആവിഷ്കരിച്ചിരിക്കുന്നു. 'കേരളം വളരുന്നു' എന്ന കാവ്യത്തിലൂടെ മലയാളനാടിനെ അത്യാകർഷകമായി അവതരിപ്പിച്ചിട്ടുള്ള പാലാ, സുന്ദരഭാവനകൾകൊണ്ട് ഈ കവിതയും ഹൃദ്യമാക്കിയിരിക്കുന്നു. ദേശസ്നേഹിയും ഭാഷാസ്നേഹിയും, സർവ്വോപരി കവിതയെ ജീവവായുപോലെ നെഞ്ചിലേറ്റുകയും ചെയ്ത മറ്റൊരു കവി മലയാളത്തിലുണ്ടെന്നു തോന്നുന്നില്ല.

1911 ഡിസംബർ 11ന് കോട്ടയം ജില്ലയിലെ പാലായിലാണ് നാരായണൻനായരുടെ ജനനം. അച്ഛൻ കീപ്പള്ളിൽ ശങ്കരൻ നായരും, അമ്മ പാർവ്വതിഅമ്മയുമായിരുന്നു. വളരെ ചെറുപ്പത്തിൽതന്നെ കാവ്യരചന ആരംഭിച്ച അദ്ദേഹം, പത്താംക്ലാസ് പാസായശേഷം ആദ്യ കവിതാസമാഹാരമായ *പൂക്കൾ* പ്രസിദ്ധപ്പെടുത്തി. മഹാകവി വള്ളത്തോൾപോലും, പാലായുടെ കവിത്വസിദ്ധിയെ പ്രശംസിക്കുകയുണ്ടായി. അദ്ധ്യാപകനായും സൈനികനായും കുറെക്കാലം അദ്ദേഹം പ്രവർത്തിച്ചിരുന്നു.

തുടർന്ന് ബിരുദാനന്തരബിരുദം നേടി തിരുവിതാംകൂർ സർവ്വകലാശാലയുടെ പ്രസിദ്ധീകരണവിഭാഗത്തിൽ സേവനമനുഷ്ഠിച്ചു. തുടർന്ന് പാലാ അൽഫോൻസാ കോളേജ്, കൊട്ടിയം എൻ എസ് എസ് കോളേജ് എന്നിവിടങ്ങളിൽ അദ്ധ്യാപകനായി ജോലി നോക്കി.

കൃതികൾ: *അമൃതകല*, *ജീവിതകാഹളം*, *കൈരളീമുരളി*, *വിളക്കുകൊളുത്തൂ*, *പൗർണ്ണമി*, *സമരമുഖത്ത്*, *കേരളം വളരുന്നു* (11 ഭാഗങ്ങൾ), *തരംഗമാല*, *മലനാട്ടിലെ നർത്തകി*, *ഓളങ്ങൾ*, *എനിക്കു ദാഹിക്കുന്നു*, *മനുഷ്യർ*, *അന്ത്യപൂജ*, *അടിമ*, *രാഗാലാപനം*, *നിർവ്വാണമേഖല*, *ബാഷ്പരംഗം*, *നവയുഗം*, *പാലാഴി*, *ഗാന്ധിഭാരതം*, *അനന്തപുരി*, *സൂര്യഗായത്രി*, *അമരജ്യോതി*, *ശിശുഗാനങ്ങൾ* തുടങ്ങിയവയാണ് പ്രധാന കൃതികൾ.

എഴുത്തച്ഛൻ പുരസ്കാരം, പ്രഥമ വള്ളത്തോൾ അവാർഡ്, ആശാൻ പ്രൈസ്, മാതൃഭൂമി സാഹിത്യപുരസ്കാരം, കേരളസാഹിത്യഅക്കാദമി അവാർഡ്, കാളിദാസ പുരസ്കാരം, മൂലൂർ അവാർഡ് തുടങ്ങി ഒട്ടേറെ സാഹിത്യപുരസ്കാരങ്ങൾ പാലായ്ക്കു ലഭിച്ചിട്ടുണ്ട്.

രോഗാതുരനായി കിടക്കുന്ന അവസാനകാലത്തും അദ്ദേഹം കവിതാരചന നിർവ്വഹിച്ചിരുന്നു എന്നത് പലർക്കും അത്ഭുതമായി. 2008 ജൂൺ 11 ന് പാലാ നാരയണൻനായർ നിര്യാതനായി.

23

എൻ വി കൃഷ്ണവാരിയർ

സ്നേഹിച്ചിടുന്നു ഞാൻ ചെന്തളിർച്ചാർത്തിനെ
സ്നേഹിച്ചിടുന്നു മണമെഴും പൂക്കളെ,
സ്നേഹിച്ചിടുന്നു തേൻമുറ്റിയ കായ്കളെ,
സ്നേഹിച്ചു ഞാനിവ നല്കും മരങ്ങളെ
*   *   *   *   *
സ്നേഹിച്ചിടുന്നു ദയാലുവാം ഭൂമിയെ,
സ്നേഹിച്ചു കണ്ണിമയ്ക്കുന്ന താരങ്ങളെ
സ്നേഹിച്ചിടുന്നു ഞാൻ സൂര്യനെ, ച്ചന്ദ്രനെ
സ്നേഹിച്ചിടുന്നു പകലിനെ, രാവിനെ.
സ്നേഹിച്ചിടുന്നു ഞാനെൻ പുസ്തകങ്ങളെ
സ്നേഹിച്ചിടുന്നു ഞാനെൻ കളിത്തോഴരെ,
സ്നേഹിച്ചിടുന്നു ഞാൻ ഗുരുഭൂതരെ,
സ്നേഹിച്ചിടുന്നു ഞാനെൻ പാഠശാലയെ
സ്നേഹിച്ചിടുന്നു മനുഷ്യവർഗ്ഗത്തെ ഞാൻ
സ്നേഹിച്ചിടുന്നു മനുഷ്യധർമ്മത്തെ ഞാൻ
സ്നേഹിച്ചിടുന്നു ഞാനുള്ളുണർന്നെപ്പൊഴും
സ്നേഹത്തെയുണ്മയെ നന്മയെച്ചെമ്മയെ-

എൻ വി യുടെ കവിതകൾ എന്ന കാവ്യസമാഹാരത്തിലെ

'ഞാൻ സ്നേഹിക്കുന്നു' എന്ന കവിതയിൽനിന്നുള്ള കുറെ വരികളാണ് ഇവിടെ ഉദ്ധരിച്ചത്. കവിയുടെ പ്രകൃതിസ്നേഹവും ം മനുഷ്യസ്നേഹവും ഹൃദയവിശാലതയുമെല്ലാം ഈ ഹൃദ്യമായ വരികളിലൂടെ അനുവാചകരിൽ എത്താതിരിക്കില്ല.

ബഹുഭാഷാപണ്ഡിതൻ, വിഖ്യാതനായ കവി, പ്രഭാഷകൻ, അദ്ധ്യാപകൻ, പത്രാധിപർ, സാംസ്കാരിക നായകൻ, സഹൃദയനായ പരിസ്ഥിതിവാദി എന്നീ നിലകളിലെല്ലാം ഭാരതം മുഴുവൻ അറിയപ്പെടുന്ന മഹാനായിരുന്നു എൻ വി കൃഷ്ണവാരിയർ. വൈജ്ഞാനിക, സാഹിത്യരംഗങ്ങളിലെ അവസാനവാക്കായി കരുതി ജനങ്ങൾ ബഹുമാനാദരങ്ങൾ ചൊരിഞ്ഞ മഹാവ്യക്തിത്വത്തിനുടമയായിരുന്നു എൻ വി ചലിക്കുന്ന വിജ്ഞാനകോശം എന്നുതന്നെ വിശേഷിപ്പിക്കപ്പെട്ടിരുന്ന എൻ വി ക്ക് പന്ത്രണ്ടോളം ഭാഷകൾ നന്നായി വശമായിരുന്നു. മലയാളം, സംസ്കൃതം, തമിഴ്, ഹിന്ദി, കന്നഡ, ബംഗാളി, ഇംഗ്ലീഷ്, ഫ്രഞ്ച്, റഷ്യൻ, ജർമ്മൻ എന്നിവ എടുത്തുപറയേണ്ടവയത്രേ.

തൃശൂർ ഞെരുവിശ്ശേരിയിൽ നരുക്കാവ് വാരിയത്ത് 1916 മെയ് 13 നാണ് കൃഷ്ണവാരിയർ ജനിച്ചത്. അച്യുതവാരിയരും മാധവി വാരസ്യാരുമായിരുന്നു അച്ഛനമ്മമാർ. രാഷ്ട്രഭാഷാവിശാരദ്, എം എ, എം ലിറ്റ് എന്നീ ബിരുദങ്ങൾ നേടി. ഹൈസ്കൂൾ, കോളേജ് അദ്ധ്യാപകനായി സേവനമനുഷ്ഠിച്ചു.

മാതൃഭൂമി പത്രാധിപരായിരുന്ന് മലയാളഭാഷയ്ക്കും സാഹിത്യത്തിനും അദ്ദേഹം അമൂല്യസംഭാവനകൾ നല്കിയിട്ടുണ്ട്. നവീനകവിതയ്ക്ക് തുടക്കക്കാരനായ അദ്ദേഹം, കവിത, പ്രബന്ധങ്ങൾ, നാടകം, യാത്രാവിവരണം, നിരൂപണം, വിവർത്തനം എന്നീ വിഭാഗങ്ങളിലായി ഒട്ടേറെ കൃതികൾ ഭാഷയ്ക്ക് സമർപ്പിച്ചു. കേരള ഭാഷാ ഇൻസ്റ്റിറ്റ്യൂട്ടിന്റെ സ്ഥാപക ഡയറക്ടറായിരുന്ന് ഒട്ടേറെ വൈജ്ഞാനികഗ്രന്ഥങ്ങൾ മലയാളത്തിലേക്ക് വിവർത്തനം ചെയ്യാൻ മുൻകൈ എടുത്തു. *കുങ്കുമം* വാരികയുടെ പത്രാധിപരായും കുറെ വർഷം സേവനമനുഷ്ഠിച്ചിട്ടുണ്ട്.

എൻ വി യുടെ ഗദ്യലേഖനങ്ങൾ ലളിതവും മനോഹരവുമാണ്. അവ സഹൃദയരായ മലയാളികളെ ഏറെ ആകർഷിച്ച

രചനകളാണ്. *വെല്ലുവിളികൾ പ്രതികരണങ്ങൾ, അന്വേഷണങ്ങൾ കണ്ടെത്തലുകൾ, മനനങ്ങൾ നിഗമനങ്ങൾ, ഓളങ്ങൾ ആഴങ്ങൾ, വിചിന്തനങ്ങൾ വിശകലനങ്ങൾ, വീക്ഷണങ്ങൾ വിമർശനങ്ങൾ* തുടങ്ങിയ ഗ്രന്ഥങ്ങൾ ഏറെ പ്രശസ്തങ്ങളാണ്. മലയാളം അച്ചടിയിലെ പുതുലിപി പരിഷ്കരണവുമായി ബന്ധപ്പെട്ട് അദ്ദേഹം അനുഷ്ഠിച്ച പ്രവർത്തനങ്ങൾ ശ്രദ്ധേയമായിരുന്നു.

കൃതികൾ: *കൊച്ചുതൊമ്മൻ, ഗാന്ധിയും ഗോഡ്സെയും, നീണ്ടകവിതകൾ, കുറേക്കൂടി നീണ്ടകവിതകൾ, കലോത്സവം, ചാട്ടവാർ, കാളിദാസന്റെ സിംഹാസനം, എൻ വി യുടെ കവിതകൾ* (കവിതകൾ), *ശ്രീബുദ്ധചരിതം, ചിത്രാംഗദ* (ആട്ടക്കഥകൾ), *പരിപ്രേക്ഷ്യം, സമാകലനം, വള്ളത്തോളിന്റെ കാവ്യശില്പം* (നിരൂപണങ്ങൾ), *ഉണരുന്ന ഉത്തരേന്ത്യ, അമേരിക്കയിലൂടെ* (യാത്രാവിവരണം), *അസതി, വാസ്കോഡഗാമ* (നാടകങ്ങൾ) എന്നിവയാണ് പ്രധാന കൃതികൾ.

മലയാളത്തിലെ ഒട്ടേറെ ആധുനിക കവികളെ കൈപിടിച്ചുയർത്തിയിട്ടുള്ള എൻ വി ഭാഷയ്ക്കും സാഹിത്യത്തിനും നല്കിയിട്ടുള്ള സംഭാവനകൾ വിലപ്പെട്ടതാണ്.

സോവിയറ്റ്ലാൻഡ് നെഹ്റു അവാർഡ്, കേരള സാഹിത്യ അക്കാദമി അവാർഡ്, കേന്ദ്രസാഹിത്യഅക്കാദമി അവാർഡ്, സാഹിത്യപ്രവർത്തക സഹകരണസംഘം അവാർഡ് തുടങ്ങി ഒട്ടേറെ ബഹുമതികൾ എൻ വി ക്ക് ലഭിച്ചിട്ടുണ്ട്.

1989 ഒക്ടോബർ 12 ന് എൻ വി നിര്യാതനായി.

24

ഒളപ്പമണ്ണ

കുട്ടിതൻ കരച്ചിലാൽ,
യുവാവിൻ ഗാനങ്ങളാൽ
മുത്തശ്ശിക്കഥകളാൽ,
നിറഞ്ഞൂ ദിഗന്തങ്ങൾ;
വെട്ടുപാതയും തോപ്പു
കെട്ടിടങ്ങളും കൊച്ചു-
പട്ടണങ്ങളും തുറ്റു
നികന്നൂ വനാന്തങ്ങൾ.
പാരിന്റെ നിയാമക-
ശക്തിയായ്ത്തീർന്നൂ പണ്ടു
പാറകളെടുത്തിടി-
ച്ചഗ്നി പറ്റിയ മർത്ത്യൻ,
മേശമേൽ വിളക്കായി-
ക്കത്തിനില്ക്കുന്നൂ കാള-
മേഘസംഘർഷോൽഭൂത-
വൈദ്യുതസ്ഫുലിംഗങ്ങൾ;
ആറിനെക്കുളിമുറി-
ക്കകത്തേക്കുഴലൂടെ

മാരിയായ് പെയ്യിക്കുന്നു
സർവ്വശക്തനാം മർത്ത്യൻ;
മനുഷ്യൻ നാദബ്രഹ്മ-
മടച്ചു സൂക്ഷിക്കുന്നൂ
മണിമച്ചകത്തൊരു
റേഡിയോ സെറ്റിന്നുള്ളിൽ
ഈശ്വരന്മാരേ, വീണു
നമിപ്പിൻ, നിങ്ങൾക്കുള്ള
ശാശ്വതസിംഹാസനം
കണ്ടെടുക്കുന്നൂ ഞങ്ങൾ.

ഇന്ത്യൻ സ്വാതന്ത്ര്യത്തിനുശേഷം, കാൽനൂറ്റാണ്ടുകഴിഞ്ഞ് സംജാതമായ കവിതകളെ വിലയിരുത്തുന്നതിനായി നാഷണൽ ബുക് ട്രസ്റ്റ് നടത്തിയ കാവ്യസംഗ്രഹത്തിൽ ഉൾപ്പെട്ടിരുന്ന ഒളപ്പമണ്ണ സുബ്രഹ്മണ്യൻ നമ്പൂതിരിപ്പാടിന്റെ 'ഈശ്വരൻ നമസ്കരിക്കുന്നു' എന്ന കവിതയിലെ ചില വരികളാണ് ഇവിടെ ഉദ്ധരിച്ചത്. നമ്മുടെ ശാസ്ത്രസാങ്കേതിക രംഗങ്ങളിലെ വളർച്ചയെ ചൂണ്ടിക്കാട്ടിക്കൊണ്ട്, ഭാരതത്തിന്റെ നവോത്ഥാന കാലഘട്ടം ആഗതമായിരിക്കുന്നുവെന്ന് കവി ഉദ്ഘോഷിക്കുകയാണ് ഈ കവിതയിൽ.

1973 ൽ പ്രസിദ്ധീകരിച്ച ഈ കവിത ഒരു നാലു പതിറ്റാണ്ടുകൂടി പിന്നിട്ടപ്പോൾ ഇതിലെ പരാമർശങ്ങൾ ഇന്ന് നമ്മെ അത്ഭുതപ്പെടുത്തുന്നില്ലെങ്കിലും മനുഷ്യന്റെ ഉയർത്തെഴുന്നേല്പിനെ എങ്ങനെയാണ് കവി നോക്കിക്കണ്ടതെന്ന് ഇന്ന് നമുക്ക് ഊഹിക്കാൻ കഴിയും.

വേദനിക്കുന്നവരെയും അദ്ധ്വാനിക്കുന്നവരെയും, മണ്ണിനെയും മാതൃഭൂമിയെയും സ്നേഹിക്കുന്ന ഒരു മനസ്സായിരുന്നു കവി ഒളപ്പമണ്ണയ്ക്കുണ്ടായിരുന്നത്. ഒരു ജന്മികുടുംബത്തിൽ ജനിച്ചെങ്കിലും, മനസ്സുകൊണ്ട് ദുഃഖിതരുടെയും പണിയെടുക്കുന്നവരുടെയും ഒപ്പമായിരുന്നു അദ്ദേഹം. കൂടാതെ തന്റെ സ്വന്തം സമുദായത്തിലെ അനീതികൾക്കും അനാചാരങ്ങൾക്കുമെതിരെ ശക്തിയായിത്തന്നെ പ്രതികരിക്കാനും അദ്ദേഹം

തയ്യാറായി. 'ദുഃഖമാകുക സുഖം' എന്നതായിരുന്നു അദ്ദേഹത്തിന്റെ ചിന്താഗതി. ആനയെയും ആനക്കാരെയുംപറ്റി ഇത്ര നന്നായി പഠിച്ചിട്ടുള്ളവരും കവികളിൽ വേറെ ഉണ്ടാവില്ല.

1923 ജനുവരി 10 ന് പാലക്കാട് ജില്ലയിലെ ചെർപ്പുളശ്ശേരിക്കു സമീപമുള്ള വെള്ളിനേഴിയിലെ പ്രശസ്തമായ ഒളപ്പമണ്ണ മനയിലാണ് സുബ്രഹ്മണ്യൻ നമ്പൂതിരിപ്പാടിന്റെ ജനനം. നീലകണ്ഠൻ നമ്പൂതിരിയും ദേവസേന അന്തർജ്ജനവുമായിരുന്നു അച്ഛനമ്മമാർ. ചെറുപ്പത്തിൽ പരമ്പരാഗതമായ വേദാദ്ധ്യയനവും സംസ്കൃതപഠനവും നിർവ്വഹിച്ചു. സ്കൂൾ വിദ്യാഭ്യാസത്തിനുശേഷം പാലക്കാട് വിക്ടോറിയ കോളേജിൽ ചേർന്നെങ്കിലും വി ടി ഭട്ടതിരിപ്പാട്, ഇ എം എസ് നമ്പൂതിരിപ്പാട് എന്നിവരുടെ സാമൂഹിക പ്രവർത്തനങ്ങളിൽ ആകൃഷ്ടനായി വിദ്യാഭ്യാസം പൂർത്തിയാക്കിയില്ല. പുരോഗമനസാഹിത്യ പ്രസ്ഥാനത്തിലും യോഗക്ഷേമസഭയിലും പ്രവർത്തിച്ചു. കൃഷിയും തടിക്കച്ചവടവുമായി കഴിയുമ്പോഴാണ് ആനക്കമ്പം ഉടലെടുത്തത്. എന്നാൽ, കവിതയിലായിരുന്നു മനസ്സ് വ്യാപരിച്ചിരുന്നത്. സാഹിത്യഅക്കാദമി, സംഗീതനാടക അക്കാദമി, കേരള കലാമണ്ഡലം എന്നിവയിൽ വിവിധകാലങ്ങളിൽ പ്രവർത്തിക്കാനും അവസരം ലഭിച്ചു.

കൃതികൾ: *വരിനെല്ല്*, *നിഴലാന*, *ജാലകപ്പക്ഷി*, *നങ്ങേമക്കുട്ടി*, *ഇലത്താളം*, *പാഞ്ചാലി*, *വീണ*, *കഥാകവിതകൾ*, *കല്പന*, *കിലുങ്ങുന്ന കയ്യാമം*, *റബ്ബർ വൈഫും മറ്റു കവിതകളും*, *ഒലിച്ചുപോകുന്ന ഞാൻ*, *ഏഹി സൂനരി*, *ആനമുത്ത്*, *സഫല*, *ദുഃഖമാകുക സുഖം*, *അംബ* (ആട്ടക്കഥ) എന്നിവയാണ് ഒളപ്പമണ്ണയുടെ പ്രധാനകൃതികൾ.

കേരള സാഹിത്യ അക്കാദമി അവാർഡ്, ഉള്ളൂർ അവാർഡ്, കേന്ദ്ര സാഹിത്യ അക്കാദമി അവാർഡ്, ഓടക്കുഴൽ സമ്മാനം, സമഗ്രസംഭാവനയ്ക്കുള്ള പുരസ്കാരം എന്നിവ ലഭിച്ചിട്ടുണ്ട്. 2000 ഏപ്രിൽ 10 ന് ഒളപ്പമണ്ണ നിര്യാതനായി.

25

വയലാർ രാമവർമ്മ

കയറുപിരിക്കും തൊഴിലാളിക്കൊരു
കഥയു-ണ്ടുജ്ജ്വല സമരകഥ-
അതുപറയുമ്പോളെന്നുടെ നാടി-
ന്നഭിമാനിക്കാൻ വകയില്ലേ?
അറിയാം നിങ്ങൾ;-ക്കൊരു കഥയല്ലതു
പൊരുതും വർഗ്ഗ ചരിത്രത്തിൽ
ഉടനീളം ചുടുചോരയിലെഴുതിയ
തുടുതുടെ നില്ക്കും പരമാർത്ഥം!

2

പണ്ടിവിടത്തെത്തൊഴിലാളികളെ
കണ്ടിട്ടുള്ളവരുണ്ടാവും!
അവരെക്കണ്ടാൽ സമുദായത്തി-
ന്നടിമുടിയടിമുടി കലികേറും!
ദുശ്ശകുനങ്ങൾ, നാടുമുടിക്കാൻ
പിച്ച നടക്കും പ്രശ്നങ്ങൾ,
എഴുന്നേല്ക്കാൻ വയ്യൊന്നിനു, മെന്നാൽ
മിഴികളിലൊക്കെത്തീയെരിയും!

ചിലവേളകളിൽ കൂട്ടംകൂടി
ചിലർ പോകുന്നതു കാണുമ്പോൾ
സമുദായത്തിലെ മേൽപ്പന്തികളിൽ
ക്ഷമകേടൊരു കരിനിഴൽ വീശും.
പണിചെയ്യുന്നോരതുങ്ങൾക്കുണ്ടായ്
പറയാൻ തമ്മിൽ കാര്യങ്ങൾ!
പണി ചെയ്താലും വയർ നിറയില്ലേ
തുണിയി,ല്ലരിയി,-ല്ലെന്താണോ?

വയലാർ രാമവർമ്മയുടെ *കൊന്തയും പൂണൂലും* എന്ന കവിതാസമാഹാരത്തിലെ 'സംസ്കാരത്തിന്റെ നാളങ്ങൾ' എന്ന കവിതയിൽ നിന്നുള്ള ചില വരികളാണ് ഇവിടെ ഉദ്ധരിച്ചത്. ഈ കവിതാസമാഹാരം അവതരിപ്പിച്ചുകൊണ്ട് എൻ വി കൃഷ്ണവാരിയർ അഭിപ്രായപ്പെട്ടത് ഇങ്ങനെയാണ്: "ശ്രീ രാമവർമ്മയുടെ കവിത കവികൾക്കു വേണ്ടിയുള്ളതല്ല, അത് ജനസാമാന്യത്തിനുവേണ്ടിയുള്ളതത്രേ. അഗാധങ്ങളും അസ്ഫുടസ്ഫുരിതങ്ങളുമായ അനുഭൂതികളല്ല, സമാധാനം കാണാൻ മുറവിളികൂട്ടുന്ന സമകാലിക പ്രശ്നങ്ങളാണ് അദ്ദേഹത്തിന്റെ തൂലികയ്ക്കു വാചാലത നല്കുന്നത്" എന്നാണ്. 1950 ൽ പ്രസിദ്ധീകരിച്ച കവിതാസമാഹാരമാണിത്. അതായത് ആറുപതിറ്റാണ്ടുകൾക്കുമുമ്പ് ഇതിലെ പല പ്രശ്നങ്ങളും ഇന്നും ഉത്തരം തേടുന്നവയാണെന്നു നമുക്ക് ബോദ്ധ്യമാവാതിരിക്കില്ല.

കവിതയിൽ ആരംഭിച്ച്, മലയാളത്തിലെ ഗാനശാഖയ്ക്ക് തന്നാലാവുന്നത്ര മനോഹരഗാനങ്ങൾ സംഭാവനചെയ്തശേഷം കാലയവനികയ്ക്കുള്ളിൽ മറഞ്ഞ വയലാർ രാമവർമ്മ, ആധുനിക കവിത്രയത്തിനു ശേഷം കേരളം കണ്ട സർഗ്ഗധനരായ കവികളിൽ പ്രമുഖനായിരുന്നു. പുരോഗമനാശയങ്ങളോടു ചേർന്നു നിന്നുകൊണ്ട്, സാമൂഹികതിന്മകൾക്കെതിരെ ആവുന്നത്ര ഉച്ചത്തിൽ പ്രതികരിച്ചുകൊണ്ടിരുന്ന അദ്ദേഹം കേരളത്തിലെ സാധാരണജനങ്ങളുടെ മനസ്സിൽ എത്രയോമുമ്പു തന്നെ സ്ഥാനം പിടിച്ചിരുന്നു. ഗാന്ധിയൻ തത്ത്വചിന്തകളും ശ്രീനാരായണഗുരുവിന്റെ ചിന്താധാരകളും അദ്ദേഹത്തെ ഒരു യഥാർത്ഥ സോഷ്യലിസ്റ്റ് വിപ്ലവകാരിയാക്കി മാറ്റിയിരുന്നു.

സാധാരണക്കാരായ തൊഴിലാളികളുടെയും അവഗണിക്കപ്പെട്ട ജനവിഭാഗങ്ങളുടെയും വക്താവായി മാറിയ അദ്ദേഹം ജീവിതഗന്ധിയായ എത്രയോ കവിതകളിലൂടെയാണ് കേരളീയരുടെ മനം കവർന്നത്. അദ്ദേഹം ഗാനശാഖയിലേക്കു കടന്നിരുന്നില്ലെങ്കിൽ കവി എന്ന നിലയിൽ കൂടുതൽ സാഹിത്യസംഭാവനകൾ മലയാളത്തിനു ലഭിക്കുമായിരുന്നു. രണ്ടായിരത്തിൽപ്പരം ചലച്ചിത്രഗാനങ്ങളിലൂടെ വയലാറിന്റെ മധുരഗാനങ്ങൾ സാധാരണക്കാരുടെ ചുണ്ടുകളിൽ ഇന്ന് നൃത്തം വെക്കുന്നുണ്ട്.

1928 മാർച്ച് 15 ന് ആലപ്പുഴ ജില്ലയിലെ വയലാർ ഗ്രാമത്തിലുള്ള രാഘവപ്പറമ്പ് കോവിലകത്താണ് രാമവർമ്മയുടെ ജനനം. അച്ഛൻ വെള്ളാരപ്പള്ളി ശ്രീ കേരളവർമ്മ. മാതാവ് രാഘവപ്പറമ്പിൽ ശ്രീമതി അംബാലികത്തമ്പുരാട്ടി. ചെറുപ്പത്തിൽ തന്നെ അദ്ദേഹം സംസ്കൃതവും കാവ്യങ്ങളും അഭ്യസിച്ചു.

1961 ൽ വയലാറിന്റെ *സർഗ്ഗസംഗീതം* എന്ന കവിതാസമാഹാരത്തിന് കേരള സാഹിത്യ അക്കാദമി അവാർഡ് ലഭിച്ചു. നല്ല ഗാനരചയിതാവിനുള്ള രാഷ്ട്രപതിയുടെ സ്വർണ്ണമെഡൽ 1974 ൽ അദ്ദേഹം നേടി.

കൃതികൾ: *പാദമുദ്രകൾ*, *കൊന്തയും പൂണൂലും*, *ആയിഷ*, *മുളങ്കാട്*, *എനിക്കു മരണമില്ല*, *മാറ്റൊലിക്കവിതകൾ*, *ഒരു ജൂഡാസ് ജനിക്കുന്നു*, *പുരുഷാന്തരങ്ങളിലൂടെ*, *സർഗ്ഗസംഗീതം*, *വയലാർ കൃതികൾ* എന്നിവ. മരണാനന്തരം അദ്ദേഹത്തിന്റെ പേരിൽ ഏർപ്പെടുത്തിയ വയലാർ സാഹിത്യ അവാർഡ് മലയാളത്തിലെ പ്രധാന സാഹിത്യ പുരസ്കാരമാണ്. അദ്ദേഹത്തിന്റെ മകൻ ശരത്ചന്ദ്രവർമ്മ അച്ഛനെപ്പോലെ ഗാനരചനാരംഗത്ത് പ്രവർത്തിക്കുന്നു.

1975 ഒക്ടോബർ 27 ന് വയലാർ രക്തസാക്ഷി ദിനത്തിലായിരുന്നു രാമവർമ്മയുടെ നിര്യാണം. 47 വയസ്സായിരുന്നു അദ്ദേഹത്തിനന്ന്.

26

പി ഭാസ്കരൻ

പാരിന്റെ ഭാഗധേയത്തെ വളർത്തുന്ന
പാവന മാനവ ജ്ഞാനകിശോരികൾ,
മുക്തിക്കു വാഗ്ദേവി തന്ന വരങ്ങൾ, നൽ-
വാക്കുകൾ നാവിന്നുപാസനാ മൂർത്തികൾ,
മദ്യക്കടയിലും ചേരിപ്പടയിലും
വ്യർത്ഥരാഷ്ട്രീയ പ്രസംഗപീഠത്തിലും
ആർക്കും തടുക്കുവാനാവാതുയരുന്ന
വാക്കത്തികൾ, വാനിലോടിടുമുല്കകൾ,
വാക്കുകൾ, ജീവിതസംസ്കാര പൈതൃക-
പ്പൂക്കൂട തന്നിലെപ്പൂജാമലരുകൾ;
ഷൾപ്പദമാലപോൽ വാനിൽപ്പറക്കുന്ന
സൽപ്പദസഞ്ചയത്തെപ്പിടിച്ചീടുവാൻ
ഭാവന തൻ വലയേന്തി നടക്കുന്ന
കേവല ബാലകനിന്നുമെൻ തൂലിക.
ശബ്ദങ്ങൾ നിങ്ങൾതൻ വേഷഭൂഷാദികൾ;
അർത്ഥങ്ങൾ നഗ്നമാം തൂമലർമേനികൾ.
ഭാഷയും ദേശവും മാറിടും വേളയിൽ
ബാഹ്യവസനങ്ങൾ മാറ്റുമെന്നാകിലും
സ്ഥൂലമാമാവരണങ്ങൾ തന്നുള്ളിലായ്

കാലസ്ഥലഭേദമില്ലാതെയെപ്പോഴും
വർത്തിച്ചിടും നഗ്നസുന്ദരമാദക-
സത്യങ്ങളേ, കാത്തു നില്ക്കുന്നു കാമുകൻ.

പി ഭാസ്കരന്റെ *കായൽക്കാറ്റ്* എന്ന കവിതാസമാഹാരത്തിലെ 'വാക്കുകൾ' എന്ന കവിതയിൽനിന്നുള്ള ചില വരികളാണിത്. വാക്കുകൾ, നോക്കി പ്രയോഗിച്ചാൽ ഈ ഭൂമിയിലെ എല്ലാ മുറിവുകളും ഉണക്കുന്ന ഔഷധമാണെന്നും അല്ലാതെ പെട്ടെന്നുണ്ടാകുന്ന വികാരത്തിനടിമപ്പെട്ടു പ്രയോഗിക്കുന്ന വാക്കുകൾ ഉഗ്രവിഷമുള്ള രോഗാണുവിനെപ്പോലെ ഓരോ നിമിഷവും ഭൂമിയിൽ വ്യാപിച്ച് മനുഷ്യരെ നാശത്തിലേക്കു നയിക്കുമെന്നും ഈ കവിതയിലൂടെ കവി വ്യക്തമാക്കുന്നു. "പി ഭാസ്കരന് വാക്കുകൾ പൂവുതോറും പറക്കുന്ന ചിത്രശലഭങ്ങളല്ല. സമകാലികജീവിതത്തിന്റെ പാരുഷ്യം അവയിൽ പതിഞ്ഞിരിക്കുന്നത് അദ്ദേഹം കാണുന്നുണ്ട്" എന്നാണ് ഈ കവിതയെപ്പറ്റി പ്രൊഫ. എം കൃഷ്ണൻ നായർ അവതാരികയിൽ സൂചിപ്പിച്ചിട്ടുള്ളത്.

കവി, ഗാനരചയിതാവ്, ചലച്ചിത്രസംവിധായകൻ, നടൻ, പ്രഭാഷകൻ എന്നീ നിലകളിലെല്ലാം കേരളീയർ നെഞ്ചോടു ചേർത്ത പ്രതിഭാധനനായ കവിയും കലാകാരനുമായിരുന്നു പി ഭാസ്കരൻ. അദ്ദേഹത്തിന്റെ ഒരു ഗാനമെങ്കിലും നിത്യവും ശ്രവിക്കാത്ത മലയാളികൾ ഉണ്ടാവില്ല. ആയിരക്കണക്കിനു ചലച്ചിത്രഗാനങ്ങളും ലളിതഗാനങ്ങളും രചിച്ചിട്ടുള്ള അദ്ദേഹം ജന്മനാ കവിയായിരുന്നുവെന്നു പറയാം. വിപ്ലവഗാനങ്ങളുമായി ആദ്യകാലത്ത് മലയാളികളുടെ മുന്നിലേക്കു കടന്നുവന്ന അദ്ദേഹം പെട്ടെന്നു തന്നെ തന്റെ സർഗ്ഗവൈഭവത്തെ മനോഹര കവിതകളാക്കി മാറ്റി. കവിയെന്ന നിലയിൽ പ്രശസ്തനായ അദ്ദേഹം ക്രമേണ മലയാളികളുടെ പ്രിയങ്കരനായി മാറുകയും ചെയ്തു. ഇരുപതാമത്തെ വയസ്സിലാണ് പി ഭാസ്കരൻ *വില്ലാളി* എന്ന തന്റെ ആദ്യകവിതാസമാഹാരം പുറത്തിറക്കിയത്.

1924 മെയ് 21 ന് കൊടുങ്ങല്ലൂർ നന്ത്യാലത്ത് പത്മനാഭമേനോന്റെയും അമ്മാളുവമ്മയുടെയും പുത്രനായി ജനിച്ചു. ചെറുപ്പത്തിൽത്തന്നെ സ്വാതന്ത്ര്യസമരപ്രക്ഷോഭങ്ങളിൽ പങ്കെടുക്കു

കയും ജയിൽവാസം അനുഭവിക്കുകയുംചെയ്തു. *ദേശീയഗാനമാല* എന്നപേരിൽ സ്വാതന്ത്ര്യസമരകാലത്ത് രചിക്കപ്പെട്ട ഗാനങ്ങൾ പുസ്തകരൂപത്തിൽ അദ്ദേഹം പ്രസിദ്ധപ്പെടുത്തിയിട്ടുണ്ട്.

കോളേജ് വിദ്യാഭ്യാസത്തിനുശേഷം അദ്ദേഹം ആകാശവാണിയിൽ ഒരു ഉദ്യോഗസ്ഥനായി. പിന്നീടാണ് ചലച്ചിത്രരംഗത്ത് അദ്ദേഹം ശ്രദ്ധേയനായത്. ചലച്ചിത്ര ഗാനരചയിതാവ്, സംവിധായകൻ, നിർമ്മാതാവ് എന്നീ നിലകളിൽ മലയാളത്തിലെ ചലച്ചിത്രരംഗത്തിന് അദ്ദേഹം വിലപ്പെട്ട സംഭാവനകൾ നല്കിയിട്ടുണ്ട്.

കൃതികൾ: *ഒറ്റക്കമ്പിയുള്ള തംബുരു, കടൽക്കാറ്റ്, പുഴ പിന്നെയും ഒഴുകുന്നു, ഓർക്കുക വല്ലപ്പോഴും, മുഖത്തോടുമുഖം, മർദ്ദിതർ, രണഭേരി, ഓടക്കുഴലും ലാത്തിയും, വയലാർ ഗർജ്ജിക്കുന്നു, പാടുന്ന മൺതരികൾ, മുൾക്കിരീടം, സത്രത്തിൽ ഒരു രാത്രി, പി ഭാസ്കരന്റെ തെരഞ്ഞെടുത്ത കവിതകൾ, ഞാറ്റുവേലപ്പൂക്കൾ, സ്വപ്നസീമ, കരവാൾ, പി ഭാസ്കരന്റെ ചലച്ചിത്ര ഗാനങ്ങൾ, കാടാറുമാസം, സിനിമാനിർമ്മാണം* (ഗദ്യകൃതികൾ) ഇവയാണ് മുഖ്യകൃതികൾ.

'ഏഷ്യാനെറ്റ്' ടെലിവിഷൻ ചാനൽ ആദ്യമായി രൂപംകൊണ്ടപ്പോൾ അദ്ദേഹം അതിന്റെ മുഖ്യപ്രവർത്തകനായിരുന്നു.

ഒറ്റക്കമ്പിയുള്ള തംബുരു എന്ന കൃതിക്ക് 1982 ൽ കേരള സാഹിത്യ അക്കാദമി അവാർഡ് ലഭിച്ചു. മികച്ച ഗാനരചയിതാവിനുള്ള സംസ്ഥാന അവാർഡ് മൂന്നുവർഷം അദ്ദേഹം നേടി. 45 ചിത്രങ്ങൾ സംവിധാനം ചെയ്യുകയും 12 ചിത്രങ്ങൾ നിർമ്മിക്കുകയും ചെയ്തു. ഏഴു ചിത്രങ്ങൾക്ക് കഥയോ തിരക്കഥയോ അദ്ദേഹം രചിച്ചിട്ടുണ്ട്. ചലച്ചിത്രരംഗത്തെ സമഗ്രസംഭാവനയ്ക്കുള്ള 1994 ലെ ജെ സി ഡാനിയൽ അവാർഡ് പി ഭാസ്കരന് ലഭിക്കുകയുണ്ടായി.

2007 ഫെബ്രുവരി 25 ന് പി ഭാസ്കരൻ നിര്യാതനായി.

27

തിരുനല്ലൂർ കരുണാകരൻ

“കുറച്ചല്ലീ നാട്ടിൽ മരിച്ചമക്കളെ-
ക്കുറിച്ചു ദുഃഖിച്ചു കഴിയുമമ്മമാർ.
വിടരും പൗരുഷമഴകു ചേർത്തിടു-
മൊടുവിൽക്കണ്ടൊരാ മുഖങ്ങളോർക്കുമ്പോൾ
കരളെരിഞ്ഞാലുമുടലിൽ നേരിയ
തരിയിലും കോരിത്തരിക്കുമമ്മമാർ.
പൊരുതി വീണവരവരിൽത്തീയുണ്ട
മുതുകിലേറ്റവരധികമില്ലല്ലോ.”
മിഴിയടച്ചൊരു നെടുവീർപ്പിട്ടിട്ടു
മുഴുവൻ ശക്തിയിൽത്തുടർന്നുചൊന്നവർ
“അറിയുന്നിന്നുഞാനെനിക്കു മക്കളു-
ണ്ടറുതിയില്ലാതെ;യവരിലൊന്നു നീ.
മരിച്ചവരിനിത്തിരിച്ചുവന്നിടാ;
മരിച്ചു നാളെ മണ്ണടിയുമീ ഞാനും.
തനിച്ചതൊക്കെയും സഹിച്ചുകൊള്ളാം ഞാ;
നെനിക്കറിയണം, ജയിക്കുമോ നമ്മൾ?”
“ജയിക്കുമോ നമ്മൾ?” നിലാവിലഗ്നിയായ്
ജ്വലിക്കുമിച്ചോദ്യം മുഴങ്ങിയെമ്പാടും
ജയിക്കുമെന്നു ഞാൻ പറഞ്ഞുവോ? ശബ്ദം

വിറയ്ക്കും തൊണ്ടയിൽത്തടഞ്ഞു നിന്നുവോ?
*   *   *   *   *

നിറഞ്ഞ കണ്ണുകളിടയുന്നു; ഞങ്ങൾ
പറയുന്നുച്ചത്തിൽ, "ജയിക്കുമേ ഞങ്ങൾ."

വയലാർ പുന്നപ്രസമരം കഴിഞ്ഞ് ഏതാനും ദിവസങ്ങൾക്കു ശേഷം, അന്ന് വിദ്യാർത്ഥിയായിരുന്ന തിരുനല്ലൂർ കരുണാകരൻ വയലാറിൽ പോയി ഒരു ദിവസം മുഴുവൻ ചുറ്റിനടന്നു കണ്ടു. ഉറ്റവർ നഷ്ടപ്പെട്ട ഒരു മുത്തശ്ശിയെ അവരുടെ കുടിലിൽ ചെന്ന് കാണുന്ന കവിയുടെ ദീപ്തമായ ഓർമ്മകൾ ഈ വരികളിൽ ജ്വലിച്ചു നില്ക്കുന്നു.

1955 ൽ പ്രസിദ്ധീകരിക്കപ്പെട്ട തിരുനല്ലൂരിന്റെ 'വയലാർ' എന്ന കാവ്യത്തിലെ ചില വരികളാണ് ഇവിടെ ഉദ്ധരിച്ചത്.

അദ്ധ്വാനിക്കുന്നവർക്കുവേണ്ടി തന്റെ തൂലിക ചലിപ്പിച്ച സർഗ്ഗധനനായ മലയാളകവിയാണ് പ്രൊഫ. തിരുനല്ലൂർ കരുണാകരൻ. പ്രശസ്തനായ കലാലയാദ്ധ്യാപകൻ, വാഗ്മി, പത്രാധിപർ, സർവ്വോപരി ഒരു മനുഷ്യസ്നേഹി എന്നീ നിലകളിൽ കേരളീയർക്കു പ്രിയങ്കരനമായ കവിയായിരുന്നു തിരുനല്ലൂർ. ലളിതമനോഹരമായ ശൈലിയിൽ അദ്ദേഹം രചിച്ച കവിതകളെല്ലാംതന്നെ, കേരളീയർ സ്നേഹപൂർവ്വം ഏറ്റുവാങ്ങുകയുണ്ടായി. കുട്ടികൾക്കുവേണ്ടിയും മനോഹരമായ കുറെ കവിതകൾ അദ്ദേഹം രചിച്ചിട്ടുണ്ട്.

1924 ഒക്ടോബർ 8 ന് കൊല്ലത്ത് അഷ്ടമുടിക്കായലിന്റെ കരയിലുള്ള പെരിനാട് എന്ന ഗ്രാമത്തിലാണ് കരുണാകരന്റെ ജനനം. അച്ഛൻ പി കെ പത്മനാഭൻ, അമ്മ എൻ ലക്ഷ്മി. ബിരുദാനന്തര ബിരുദം നേടിയശേഷം അദ്ദേഹം കോളേജ് അദ്ധ്യാപകനായി ജീവിതമാരംഭിച്ചു. 1975–81 കാലത്ത് കേരളാ പബ്ലിക് സർവ്വീസ് കമീഷൻ അംഗമായി അദ്ദേഹം പ്രവർത്തിച്ചു. 1989 മുതൽ 1994 വരെ *ജനയുഗം* വാരികയുടെ പത്രാധിപരായി അദ്ദേഹം സേവനമനുഷ്ഠിച്ചു. റഷ്യയിൽവച്ചു നടന്ന എഴുത്തുകാരുടെ ലോകസമ്മേളനത്തിൽ 1973 ൽ ഇന്ത്യൻ പ്രതിനിധി സംഘാംഗമായി അദ്ദേഹം പങ്കെടുത്തു.

ചെറുപ്പത്തിൽത്തന്നെ കാവ്യരചന ആരംഭിച്ച അദ്ദേഹ

ത്തിന്റെ കവിതകളിൽ ഗ്രാമത്തിന്റെ ശാലീനതയും നന്മയും പ്രകടമായിരുന്നു. അദ്ദേഹത്തിന്റെ ലളിതഗാനങ്ങളിൽ പലതും പ്രശസ്തമായി.

കൃതികൾ: *അന്തിമയങ്ങുമ്പോൾ*, *പ്രേമം മധുരമാണ് ധീരവുമാണ്*, *റാണി*, *വയലാർ*, *താഷ്ക്കെന്റ്*, *സൗന്ദര്യത്തിന്റെ പടയാളികൾ*, *രാത്രി*, *ഗ്രീഷ്മ സന്ധ്യകൾ*, *കളിപ്പന്തൽ* (ബാലകവിതകൾ), *മലയാള ഭാഷാ പരിണാമം*, *ഒരു മഹായുദ്ധത്തിന്റെ പര്യവസാനം*, *ജിപ്സികൾ*, *തിരുനല്ലൂർ കരുണാകരന്റെ കവിതകൾ* എന്നിവയാണ് മുഖ്യകൃതികൾ.

എല്ലാവരോടും സൗമ്യനായി പെരുമാറിയിരുന്ന അദ്ധ്യാപകനും ചങ്ങാതിയുമായിരുന്നു തിരുനല്ലൂർ. പ്രഭാഷകൻ എന്ന നിലയിൽ ഗാംഭീര്യം സ്ഫുരിക്കുന്ന അദ്ദേഹത്തിന്റെ വാക്കുകൾ ശ്രോതാക്കളെ ഏറെ ആകർഷിച്ചിരുന്നു.

1988 ലെ വയലാർ സാഹിത്യ അവാർഡ് *തിരുനല്ലൂർ കരുണാകരന്റെ കവിതകൾ* എന്ന ഗ്രന്ഥത്തിനാണ് ലഭിച്ചത്.

2006 ജൂലൈ 5 ന് തിരുനല്ലൂർ കരുണാകരൻ നിര്യാതനായി.

28

കുഞ്ഞുണ്ണി

പുഴപോലൊഴുകും പുഴയും
പുഴുപോലിഴയും പുഴുവും
ഞാൻ പോലലയും ഞാനും
അത്ഭുതമല്ലേ ലോകം.
*　　*　　*

നാലുകാലില്ലെനിക്കില്ലവാലും
മാനുഷനാണു ഞാൻ
എന്നാലും ലോകമേ
എന്നെ നന്നായ് സ്നേഹിക്കവേണമേ.
*　　*　　*　　*

ബസ്സുണ്ടീ ലോകത്തിൽ നൊസ്സുണ്ടീലോകത്തി-
ലസ്സലാണീ ലോകം വന്നു കാണ്മിൻ
ആമയുണ്ടീലോകത്താറ്റംബോംബുണ്ടല്ലോ
ഞാനുമുണ്ടെല്ലാരും കണ്ടു പോവിൻ
*　　*　　*　　*

ആറുമലയാളിക്കു നൂറുമലയാളം
അരമലയാളിക്കുമൊരു മലയാളം
ഒരു മലയാളിക്കും മലയാളമില്ല.
*　　*　　*　　*

ലോകത്തിന്നൊരു റിപ്പേറി-
ന്നുള്ള കാലമടുത്തുപോയ്
പണി വേഗം തുടങ്ങണം
*   *   *   *
എനിക്കായുണ്ണുന്നൂ ഞാൻ
അന്യർക്കായുടുപ്പൂ ഞാൻ.

മേൽ ഉദ്ധരിച്ച കുഞ്ഞുണ്ണിക്കവിതകൾ വെറും വരികൾ മാത്രമോ? അല്ല അവ മൊഴിമൊത്തുകൾ തന്നെയാണെന്ന് ആരും സമ്മതിക്കും. ആക്ഷേപഹാസ്യത്തിലൂടെ സാമൂഹിക വിമർശനം നടത്തിയ കുഞ്ഞുണ്ണിയുടെ കവിതകൾ വള്ളുവരുടെ വചനങ്ങളെ അനുസ്മരിപ്പിക്കുന്നവയാണെന്ന് വൈലോപ്പിള്ളി ഒരിക്കൽ പറഞ്ഞിട്ടുണ്ട്. അത് സത്യമാണ് താനും.

മലയാളഭാഷയിലെ വ്യത്യസ്തമായ ഒരു കവിതാവിഭാഗ മാണ് കുഞ്ഞുണ്ണിക്കവിതകൾ. തന്റെ കവിതകളെ മലയാളി കളെക്കൊണ്ട് അംഗീകരിപ്പിക്കുവാൻ കുഞ്ഞുണ്ണി മാഷിന് ഏറെ ക്ലേശിക്കേണ്ടി വന്നില്ല. വളരെക്കാലം അദ്ധ്യാപകനായി സേവനമനുഷ്ഠിച്ച അദ്ദേഹം ഈണത്തിൽ പാടിക്കേൾപ്പിച്ചും, താളത്തിൽ കഥപറഞ്ഞും കുട്ടികളെ തന്റെ ചങ്ങാതിമാരാക്കി മാറ്റി. ഏതു പ്രായത്തിലുള്ള കുട്ടിയെയും തന്റെ സ്വതസിദ്ധമായ കഴിവുകൊണ്ട് തന്നോടൊപ്പം അദ്ദേഹം കൂട്ടുകയും ചെയ്തു. നിഷ്കളങ്കനും, നിർഭയനുമായ മാഷ്, കുറിക്കുകൊള്ളുന്ന സാമൂഹിക വിമർശനം തൊടുത്തു വിട്ടുകൊണ്ടാണ് മലയാളിക ളുടെ ശ്രദ്ധ ആകർഷിച്ചത്.

മലയാളികളുടെ ഇംഗ്ലീഷ് പ്രേമത്തെ പരിഹസിക്കാനായി മാഷ് എഴുതിയ ഈ വരികൾ കൊള്ളേണ്ടിടത്ത് ചെന്നുകൊണ്ടു എന്നു പറയുന്നതാവും ശരി. "ജനിക്കും നിമിഷം തൊട്ടെൻ മകനിംഗ്ലീഷ് പഠിക്കണം, അതിനാൽ ഭാര്യ തൻ പേറ-ങ്ങിം ഗ്ലണ്ടിൽത്തന്നെയാക്കി ഞാൻ."

1927 മെയ് 10 ന് ചാവക്കാടിനടുത്ത് വലപ്പാട് ഞായപ്പിള്ളി ഇല്ലത്താണ് കുഞ്ഞുണ്ണിയുടെ ജനനം. ആകാരത്തിൽ തീരെ കുറിയവനായിരുന്ന അദ്ദേഹത്തിന് സ്വതസിദ്ധമായ ഒരു കുട്ടിത്തം കൈമുതലായി ഉണ്ടായിരുന്നു.

'കുട്ടേട്ടൻ' എന്ന തൂലികാനാമത്തിൽ വളരെക്കാലം *മാതൃഭൂമി* ആഴ്ചപ്പതിപ്പിലെ ബാലപംക്തി കൈകാര്യം ചെയ്ത അദ്ദേഹം ഒട്ടേറെ എഴുത്തുകാരായ കുട്ടികളെ സാഹിത്യലോകത്തിലേക്ക് കൈപിടിച്ചു കയറ്റിയിട്ടുണ്ട്.

കവിതകൾ, കടങ്കഥകൾ, കടങ്കവിതകൾ, പഴഞ്ചൊല്ലുകൾ, ഫലിതങ്ങൾ, നാടൻപാട്ടുകൾ എന്നിവയായിരുന്നു കുഞ്ഞുണ്ണിയുടെ മേച്ചിൽസ്ഥലങ്ങൾ. അവിവാഹിതനായിരുന്ന അദ്ദേഹം, തന്റെ ലളിതമായ ജീവിതശൈലിയിലൂടെ പുതിയൊരു സംസ്കാരംതന്നെ വളർത്തിയെടുത്തു. ബട്ടണുകളും വളപ്പൊട്ടുകളും ശേഖരിക്കുകയായിരുന്നു അദ്ദേഹത്തിന്റെ ഒരു ഹോബി.

കൃതികൾ: *കുഞ്ഞുണ്ണിയുടെ കവിതകൾ*, *വിത്തും മുത്തും*, *കുറ്റിപ്പെൻസിൽ*, *ഊണുതൊട്ട് ഉറക്കംവരെ*, *ചെറിയ കുട്ടിക്കവിതകൾ*, *വലിയ കുട്ടിക്കവിതകൾ*, *ഉണ്ടനും ഉണ്ടിയും*, *കളിക്കോപ്പ്*, *കുറും കവിതകൾ*, *രാഷ്ട്രീയം*, *നമ്പൂതിരി ഫലിതങ്ങൾ*, *പഴമൊഴിപ്പത്തായം*, *കുഞ്ഞുണ്ണിരാമായണം*, *കുഞ്ഞുണ്ണിക്കൃതികൾ* (2 ഭാഗം).

കേരളം മുഴുവൻ സഞ്ചരിച്ച് കുട്ടികളുമായി സംവദിച്ചിരുന്ന അദ്ദേഹം 2006 മാർച്ച് 27 ന് ദിവംഗതനായി.

29

അയ്യപ്പപ്പണിക്കർ

കാടെവിടെ മക്കളേ?
മേടെവിടെ മക്കളേ?
കാട്ടുപുല്ത്തകിടിയുടെ
വേരെവിടെ മക്കളേ?
കാട്ടുപൂഞ്ചോലയുടെ
കുളിരെവിടെ മക്കളേ?
കാറ്റുകൾ പുലർന്ന പൂ-
ങ്കാവെവിടെ മക്കളേ?
കുട്ടിക്കരിം കുയിൽ
കൂവിത്തിമിർക്കുന്ന
കുട്ടനാടൻ പുഞ്ച-
യെവിടെന്റെ മക്കളേ?
പച്ചപ്പനന്തത്ത
പാടിക്കളിക്കുന്ന
പ്ലാവുകൾ മാവുകളു-
മെവിടെന്റെ മക്കളേ?
പായൽ ചുരുൾ മുറ്റി
ദാഹനീർ തേടാത്ത
കായലും തോടുകളു-

മെവിടെന്റെ മക്കളേ?
ചാകര മഹോത്സവ-
പ്പെരുന്നാളിലലയടി-
ച്ചാർക്കുന്ന കടലോര
മെവിടെന്റെ മക്കളേ?

അയ്യപ്പപ്പണിക്കരുടെ *നാടെവിടെ മക്കളേ?* എന്ന കവിതയിലെ കുറെ വരികളാണിത്. ഇതു രചിക്കപ്പെട്ട 1980ൽ അന്തരീക്ഷമലിനീകരണത്തിനും വനനശീകരണത്തിനുമെതിരായ കവിയുടെ ധാർമ്മികരോഷത്തിന്റെ യഥാർത്ഥ 'സ്പിരിറ്റ്' പലർക്കും മനസ്സിലായിരുന്നില്ല. ഒരു കാലിക പ്രശ്നത്തിനുപരിയായി പ്രകൃതി വിരുദ്ധവും കപടവും ആത്മഹത്യാപരവുമായ ആധുനിക ജീവിതക്രമമാണ് കവിയെ രോഷം കൊള്ളിക്കുന്നതെന്ന് 1980 ലെ തെരഞ്ഞെടുത്ത കവിതകൾ അവതരിപ്പിച്ചുകൊണ്ട് കെ എസ് നാരായണപിള്ള ചൂണ്ടിക്കാട്ടിയിരുന്നു. ഇന്ന്, അക്ഷരാർത്ഥത്തിൽത്തന്നെ ആഗോളതാപനവും അന്തരീക്ഷമലിനീകരണവും പ്രകൃതിനശീകരണവും മറ്റും മനുഷ്യനെ വേട്ടയാടിക്കൊണ്ടിരിക്കുന്നു എന്ന സത്യം നമ്മെ ചിന്തിപ്പിക്കേണ്ടതാണ്. നാടോടിപ്പാട്ടിന്റെ സരള ശില്പത്തിനുള്ളിൽ ജീവിതത്തിന്റെ നാനാതലങ്ങളെ പ്രതിനിധാനം ചെയ്യുന്ന ബിംബങ്ങളെ അദ്ദേഹം കോർത്തിണക്കുന്നത് ശ്രദ്ധാർഹമാണെന്ന് കെ എസ് നാരായണപിള്ള അന്നേ പറഞ്ഞുവെച്ചിരുന്നു.

ആധുനിക കവിതയുടെ ശക്തരായ വക്താക്കളിൽ പ്രമുഖനായിരുന്നു അയ്യപ്പപ്പണിക്കർ. ജീവിതദർശനത്തിലും കാവ്യസങ്കല്പങ്ങളിലും വൃത്തശില്പത്തിലും മൗലികത പുലർത്തിയ അദ്ദേഹത്തിന്റ 'കുരുക്ഷേത്രം' എന്ന കവിത ആധുനികതയ്ക്ക് മാതൃകയായി നിരൂപകർ എടുത്തു കാട്ടിയിരുന്നു. 'അഗ്നിപൂജ', 'പ്രിയതമേ വിഭാതമേ', 'കാടെവിടെ മക്കളെ', 'ഹേ ഗഗാറിൻ' തുടങ്ങി നിരവധി കവിതകൾ അദ്ദേഹത്തിന്റ കാവ്യസിദ്ധിക്ക് നിദർശനങ്ങളാണ്.

1930 സെപ്തംബർ 12 ന് കുട്ടനാട്ടിലെ കാവാലം ഗ്രാമത്തിലാണ് അയ്യപ്പപ്പണിക്കരുടെ ജനനം. അച്ഛൻ ഇ നാരായണൻ നമ്പൂതിരി, അമ്മ എം മീനാക്ഷിയമ്മ. ഇംഗ്ലീഷിൽ

ബിരുദാനന്തരബിരുദം നേടിയശേഷം അദ്ദേഹം അദ്ധ്യാപകനായി. കോട്ടയം സി എം എസ് കോളേജ്, തിരുവനന്തപുരം യൂണിവേഴ്സിറ്റി കോളേജ് എന്നിവിടങ്ങളിൽ സേവനമനുഷ്ഠിച്ചു. തുടർന്ന് കേരള സർവ്വകലാശാലയുടെ ഇൻസ്റ്റിറ്റ്യൂട്ട് ഓഫ് ഇംഗ്ലീഷിൽ പ്രൊഫസറും വകുപ്പ് മേധാവിയുമായി. പല വിദേശ സർവ്വകലാശാലകളിലും വിസിറ്റിങ് പ്രൊഫസറായും അദ്ദേഹം സേവനമനുഷ്ഠിച്ചിട്ടുണ്ട്.

കേരള കവിതയുടെ പത്രാധിപർ എന്ന നിലയിൽ കവിതയിലെ ആധുനിക നവോത്ഥാനത്തിന്റെ നേതാക്കളിൽ ഒരാളായി. കവിതയിൽ കാർട്ടൂൺ കവിതകൾ എന്ന ഒരു പുതിയ പരീക്ഷണവും വിജയകരമായി നടത്തി. ഗദ്യകാരൻ എന്ന നിലയിലും അദ്ദേഹം പ്രശസ്തനായിരുന്നു.

കൃതികൾ: *അയ്യപ്പപ്പണിക്കരുടെ കൃതികൾ* (4 ഭാഗം), *അയ്യപ്പപ്പണിക്കരുടെ തെരഞ്ഞെടുത്ത കവിതകൾ*, *കുരുക്ഷേത്രം*, *ഗോത്രയാനം*, *അയ്യപ്പപ്പണിക്കരുടെ ലേഖനങ്ങൾ*, *സി വി രാമൻപിള്ള*, *തകഴി ശിവശങ്കരപ്പിള്ള*, *ഇന്ത്യൻ സാഹിത്യ സിദ്ധാന്തം*, *അയ്യപ്പപ്പണിക്കരുടെ വിവർത്തനങ്ങൾ*, *ക്യൂബൻ കവിതകൾ*, *മയകോവ്സ്കിയുടെ കവിതകൾ*, *അന്തസ്സന്നിവേശം* തുടങ്ങിയവ.

ഈടുറ്റ പല സമ്പൂർണ്ണകൃതികളുടെയും എഡിറ്റർ എന്ന നിലയിൽ ഭാഷാസാഹിത്യത്തിന് അദ്ദേഹം നല്കിയിട്ടുള്ള സേവനങ്ങൾ കൃതജ്ഞതാപൂർവ്വം സ്മരിക്കപ്പെടും. ഷേക്സ്പിയർ സമ്പൂർണ്ണകൃതികൾ, വിശ്വസാഹിത്യമാല, മദ്ധ്യകാല ഭാരതീയ സാഹിത്യം എന്നിവ എടുത്തു പറയത്തക്കതാണ്.

കവിതയ്ക്ക് ഒട്ടേറെ അവാർഡുകൾ അദ്ദേഹത്തിനു ലഭിച്ചിട്ടുണ്ട്. കേരള സാഹിത്യ അക്കാദമി അവാർഡ്, മഹാകവി ഉള്ളൂർ പുരസ്കാരം, മദ്ധ്യപ്രദേശ് സർക്കാരിന്റെ കബീർ സമ്മാനം, സരസ്വതി സമ്മാൻ, മഹാകവി കുട്ടമത്ത് പുരസ്കാരം എന്നിവ അക്കൂട്ടത്തിൽ ചിലതാണ്. വയലാർ സാഹിത്യ അവാർഡ് പ്രഖ്യാപിച്ചെങ്കിലും അദ്ദേഹം അത് സ്വീകരിക്കുകയുണ്ടായില്ല. ഭാരത സർക്കാർ പത്മശ്രീ പുരസ്കാരം നല്കി അദ്ദേഹത്തെ ആദരിക്കുകയുണ്ടായി.

2006 ആഗസ്ത് 23 ന് അയ്യപ്പപ്പണിക്കർ നിര്യാതനായി.

30

കടമ്മനിട്ട രാമകൃഷ്ണൻ

കൂട്ടും പാട്ടും കൂട്ടവുമോരോ-
കൂട്ടക്ഷരമായ് കൂമ്പുന്നു-നാം
കൂട്ടക്ഷരമായ് വിരിയുന്നു.
പലവിധ ശാഖകൾ വീശുന്നു
പുതുനറുനാമ്പുകൾ നീളുന്നു.
ആമരമടിമുടി പൂക്കുന്നു
അക്ഷരവിരുതിൻ വിളയാട്ടം
നേരിൻ നിറമവപേറുന്നു
കൂറിൻ പൂമ്പൊടി പൂശുന്നു
നറുതേനുള്ളിൽ കിനിയുന്നു
സ്നേഹസുഗന്ധം ചാറുന്നു
വാടാമലരുകളാടുന്നു
കേടാകാത്തൊരു സ്വാതന്ത്ര്യം
സ്വാതന്ത്ര്യത്തിനു സന്തോഷം
നേദിക്കുന്നിവ നമ്മൾക്കായ്
അമ്മേ, ഞാനതു നുള്ളട്ടെ?
കുഞ്ഞേ, നീയതു കൊള്ളേണം.
അക്ഷരമാല ധരിക്കേണം നീ
രക്ഷാകവചമതറിയേണം.

കടമ്മനിട്ട രാമകൃഷ്ണന്റെ *മഴ പെയ്യുന്നു മദ്ദളം കൊട്ടുന്നു* എന്ന കവിതാസമാഹാരത്തിലെ 'അക്ഷരമാല' എന്ന കവിതയിൽ നിന്നുള്ള ചില വരികളാണിത്. ഓരോ അക്ഷരത്തിനും അതാതിന്റെ ഒരു ദൃശ്യതലവും ശ്രാവ്യതലവുമുണ്ട്. മലനാടിന്റെ പഴമൊഴികളിൽ പലതും ശുദ്ധമായ കവിതകളുമാണ്. മലയോര വഴക്കത്തിന്റെ ആവിഷ്കാര സമ്പ്രദായങ്ങളോട് ബന്ധമുള്ള തനിമയുള്ള കവിതകളാണ് കടമ്മനിട്ടയുടേത്. പടയണിയും മറ്റും ഈ കവിയെ ഒട്ടൊന്നുമല്ല സ്വാധീനിച്ചിട്ടുള്ളത്.

മലയാള കവിതയെ ജനങ്ങളുടെയിടയിൽ എത്തിക്കാൻ ചൊൽക്കാഴ്ച, കവിയരങ്ങ്, കാവ്യസന്ധ്യ എന്നിവയിലൂടെ യത്നിച്ച കടമ്മനിട്ട രാമകൃഷ്ണൻ എന്ന കവി, വളരെ പെട്ടെന്നുതന്നെ മലയാളികൾക്കു പ്രിയങ്കരനായി മാറിയത് കവിയുടെയും കവിതചൊല്ലലിന്റെയും പുത്തൻ രീതികൾ തന്നെയായിരുന്നു. ജനങ്ങൾ ആ കവിതകളെ ഒരേ മനസ്സോടെ സ്വീകരിച്ചത്, ഇടക്കാലത്ത് മലയാള കവിതയ്ക്കുണ്ടായ തളർച്ചയെ ഒരുപരിധി വരെ കരകയറാൻ സഹായിക്കുകയും ചെയ്തു. നാടൻ ശീലുകളിൽ, താളബോധവും ഗാംഭീര്യവും നിറഞ്ഞ കടമ്മനിട്ട കവിതകൾ ആസ്വാദകർക്ക് ഹരമായി മാറുവാൻ അധികകാലം വേണ്ടി വന്നില്ല. പുതുതലമുറയിലെ കവികൾക്ക് കവിയായിക്കഴിയുവാൻ ആത്മവിശ്വാസം പകരുന്നതായിരുന്നു അദ്ദേഹത്തിന്റെ കവിയരങ്ങുകൾ.

1935 മാർച്ച് 22 ന് പത്തനംതിട്ടയിലെ കടമ്മനിട്ട എന്ന ഗ്രാമത്തിലാണ് രാമകൃഷ്ണൻ ജനിച്ചത്. മേലേത്രയിൽ രാമൻനായരും കുട്ടിയമ്മയുമായിരുന്നു അച്ഛനമ്മമാർ. ബി എ ബിരുദം നേടിയശേഷം ഒരു തൊഴിൽതേടി കൽക്കത്തയിൽ എത്തി. 1959 ൽ മദ്രാസിലെ പോസ്റ്റൽ ഓഡിറ്റ് ആൻഡ് അക്കൗണ്ട്സ് ആപ്പീസിൽ ജോലി ലഭിക്കുകയും ചെയ്തു.

അറുപതുകളിലാണ് കടമ്മനിട്ട, കവിതാരചന ആരംഭിച്ചത്. കവി എന്ന നിലയിൽ ക്രമേണ അദ്ദേഹം അറിയപ്പെടാൻ തുടങ്ങി. 1992 മാർച്ചിൽ ജോലിയിൽനിന്ന് വിരമിച്ചശേഷം അദ്ദേഹം സാമൂഹിക പ്രവർത്തകൻ, ഗ്രന്ഥശാലാസംഘം അദ്ധ്യക്ഷൻ എന്നീ നിലകളിൽ പ്രവർത്തിച്ചിട്ടുണ്ട്. കേരള നിയമസഭാം

ഗമായും കടമ്മനിട്ട സേവനമനുഷ്ഠിക്കുകയുണ്ടായി (1996–2001). പുരോഗമന സാഹിത്യസംഘത്തിന്റെ അദ്ധ്യക്ഷനായും അദ്ദേഹം പ്രവർത്തിച്ചിട്ടുണ്ട്.

ഇന്ത്യയിലെ പ്രധാനപ്പെട്ട മിക്ക സ്ഥലങ്ങളും സന്ദർശിച്ചിട്ടുള്ള കടമ്മനിട്ട, അമേരിക്ക, കാനഡ, ഇംഗ്ലണ്ട്, യു എ ഇ തുടങ്ങിയ വിദേശ രാജ്യങ്ങളും സന്ദർശിച്ചിട്ടുണ്ട്. ശാന്തമ്മയാണ് ഭാര്യ. ഒരു പുത്രനും ഒരു പുത്രിയും അവർക്കുണ്ട്.

ആശാൻ പുരസ്കാരം, സാഹിത്യ അക്കാദമി അവാർഡ്, പന്തളം കേരളവർമ്മ പുരസ്കാരം, ഇ വി സ്മാരക പുരസ്കാരം തുടങ്ങി പല പുരസ്കാരങ്ങളും കടമ്മനിട്ടയ്ക്ക് ലഭിച്ചിട്ടുണ്ട്.

കൃതികൾ: *മഴപെയ്യുന്നു മദ്ദളം കൊട്ടുന്നു*, *കടിഞ്ഞൂൽ പൊട്ടൻ*, *കടമ്മനിട്ടക്കവിതകൾ*, *സൂര്യശില*, *ഗോദോയെക്കാത്ത്*, *മിശ്രതാളം* തുടങ്ങിയവ.

2008 മാർച്ച് 31 ന് കടമ്മനിട്ട രാമകൃഷ്ണൻ നിര്യാതനായി. കടമ്മനിട്ടക്കവിതകൾ സ്വന്തം ഗ്രാമത്തിൽ ശിലാപാർക്കിൽ ആലേഖനം ചെയ്യപ്പെട്ടിട്ടുണ്ട്. ഇത് ഒരു അപൂർവ്വമായ ദൃശ്യാനുഭവമാണ്.

9 789386 637116